கணப் பிறை

(கட்டுரைகள்)

ந. பெரியசாமி

தேநீர் பதிப்பகம்

கனப் பிறை

கட்டுரைகள்

ந. பெரியசாமி

முதல் பதிப்பு: ஜூலை 2024

வெளியீடு:
தேநீர் பதிப்பகம்
24/1, மசூதி பின் தெரு, சந்தைக்கோடியூர்
ஜோலார்பேட்டை - 635851
தொடர்புக்கு: +91 9080909600

ISBN : 978-81-968381-0-2

Kanap pirai

Essays

Na.Periyasamy

First Edition: July 2024

Pages: 136 Price: ₹ 150

Published by

Theneer Pathippagam

24/1, Masuthi Back Street

S.Kodiyur

Jolarpettai - 635851

Contact: +91 9080909600

e - mail: theneerpathippagam@gmail.com

Designed by: Gopu Rasuvel

Back cover Author Photo by : Srinivasan Natarajan

சூழல் குறித்த நம்மின் அக்கறையற்ற போக்கினால்
தொடர்ந்து பலியாகிக் கொண்டிருக்கும்
யானைகளுக்கு...

வாசிப்பின் வழி வரும் சொல்லாடல்கள்

இரண்டாவது கட்டுரை நூல். இப்படி என்னால் எழுதப்பட்டிருப்பது எனக்கே ஆச்சரியமான ஒன்றாக உள்ளது. வாசிப்பது, அது குறித்துச் சிறிதாக எழுதிப் பார்ப்பது எனத் தொடங்கிய பழக்கம். ‘மொழியின் நிழல்’ கட்டுரைத் தொகுப்பானது நண்பர்களின் ஊக்கமும் அக்கறையும் ஒன்று சேர்ந்ததினால் உருவான முக்கியப் படைப்பு. சமூக வலைதளங்களிலும், அலைபேசியிலும் நிறைய்ய நண்பர்கள் எழுதியதும் பேசியதும் என்றும் நினைவிலிருக்கக் கூடியவை. மட்டுமின்றி தொடர்ந்து இயங்கவும் காரணமாக இருப்பவை. மூன்றாண்டுகள் கடந்தும் இன்னமும் யாரேனும் ஒருவர் மொழியின் நிழல் வாங்கி வாசித்துப் பேசுவது மகிழ்ச்சியளிக்கிறது.

மொழியின் நிழல் குறித்து வந்த விமர்சனங்களையும் கருத்தில்கொண்டே தொடர்ந்து நூல்கள் குறித்த மதிப்புரைகளை எழுதிவருகிறேன். நகர்வு இருப்பதை என்னால் உணர முடிகிறது. அதன் மெய்மையை உங்களின் வாசிப்பின் வழி வரும் சொல்லாடல்கள் உணர்த்தும் என நம்புகிறேன்.

அனைத்துத் தோழமைகளுக்கும் எனதன்பு. இந்நூல் குறித்தும் உங்களின் வெளிப்படையான அபிப்ராயத்துக்காகக் காத்திருக்கிறேன்.

பிரியங்களுடன்
ந.பெரியசாமி
9487646819

ந.பெரியசாமி

இணையர் மாதேஸ்வரி. மகன்கள் மகாபோதி, நித்திலன், ஓசூரில் வசித்து வருகிறார். தனியார் நிறுவனமொன்றில் பணியாற்றுகிறார்.

நூல் பட்டியல்

கவிதைகள்

- நதிச்சிறை - 2004
- மதுவாகினி - 2012
- தோட்டாக்கள் பாயும் வெளி - 2014
- குட்டிமீன்கள் நெளிந்தோடும் நீலவானம் 2016, 2022
- கடைசி பெஞ்ச் - 2022
  (இளையோருக்கான கவிதைகள், ஆங்கிலம்,
  தெலுங்கில் மொழிபெயர்க்கப்பட்டுள்ளது.)
- அகப்பிளவு 2023

கட்டுரைகள்

- மொழியின் நிழல் - 2021, 2023

விருதுகள்

- கலை இலக்கிய பெருமன்றத்தின்
  கே.சி.எஸ் அருணாசலம் நினைவு விருது
- அசோகமித்ரன் படைப்பூக்க விருது
- வைமா இலக்கிய விருது

உள்ளடக்கம்

1.	மனிதகுமாரர்கள் பிறந்து கொண்டே இருப்பார்கள்... (தப்பு விதை, கடவுள் மட்டும் எப்படி ஜெயிக்கிறார்... – ஸ்ரீநேசன்)	09
2.	தடைப்படாத நீர் ஓட்ட அழகு (கல்லாப் பிழை – க.மோகனரங்கன்)	24
3.	நிரம்புதலைத் தரும் கணங்கள் (எறவானம், எச்சிக்கொள்ளி – வினையன்)	26
4.	வலிகளை வாங்கிப்போகும் கடலலைகள் (லிங்க விரல் – வேல் கண்ணன்)	33
5.	நிலம் பூக்கும் சூரியன்கள் (மேழி நகரும் தடம் – நந்தன் கனகராஜ்)	40
6.	நமக்கான விழிப்படைதல்கள் (காவியேறும் ரத்தம் – சம்பு)	46
7.	மொழியற்றவை உணர்வுகள் (அகாசிய மலர்கள் – தமிழில் – மலர்விழி)	50
8.	சுய பகடியில் பூத்த மலர்கள் (எல்லோரும் ஜடேஜவாக மாறுங்கள், ஜான் கீட்ஸ் ஆதவனைச் சந்தித்தில்லை - தபசி)	52
9.	வாழ்வின் தடயங்கள் (மோகித்தல் நன்று – சூர்ய நிலா)	55
10.	அன்றாடங்களின் கவிக்கூடு (ஒரு படிமம் வெல்லும் ஒரு படிமம் கொல்லும் - எம்.டி.முத்துக்குமாரசாமி)	60
11.	கவித்துவமான சாத்தியங்கள் (நான்தான் உலகத்தை வரைந்தேன் – மகிழ் ஆதன்)	65
12.	யாதுமாகி நின்ற காளி (சித்து, கொண்டலாத்தி, அண்டங்காளி, குவாண்டம் செல்ஃபி - ஆசை)	69
13.	பனம்பழத்தின் மணம் வீசும் கவிதைகள் (கொஞ்சம் மனது வையுங்கள் தோழர் ஃப்ராய்ட் - வெய்யில்)	77
14.	அன்பின் ஒளிர்தல்கள் (பாடி கூடாரம் – கண்டராதித்தன்)	84
15.	எலிகளை முத்தமிடும் பூனை (எமுமின் அன்பே – வெ.மாதவன் அதிகன்)	91
16.	ரசனையின் அடுக்குகள் (ஆழியின் மகரந்தம் – கௌரிப்ரியா)	95
17.	சொற்களின் பிணைவு ருசி (திருநெடுங்கோதை - தி.பரமேசுவரி)	98
18.	நிர்வாணம் ஆயுதமாதல் (ஸலாம் அலைக் - ஷோபாசக்தி)	105
19.	வாதி எனும் வாழ்வியல் வாதை (வாதி – நாராயணி கண்ணகி)	111
20.	ரோமுலஸ் விட்டேகரெனும் முறி மருந்து (பாம்பு மனிதன் ரோமுலஸ் விட்டேகர் – தமிழில்: கமலாலயன்)	115
21.	இனி இல்லாமலாகட்டும் சாமி எசமான்களே (நொய்யல் - தேவிபாரதி)	119
22.	வெண்மணி - நினைவில் அழியாச் செடி (தாளடி - சீனிவாசன் நடராஜன்)	124
23.	நாளிதழ் நாப்கின் (பற் சக்கரம் - எஸ்.தேவி)	130
24.	மனதில் வளரும் நஞ்சு (நஞ்சுக் கொடி – பாலகுமார் விஜயராமன்)	134

உண்மையோடு உறவுவைத்துக் கொள்ளாத எதுவும் படைப்பு ஆவதில்லை. கவிஞனின் படைப்பு உண்மையைத் தவிர வேறு எதையும் கொண்டதில்லை.

கவிதையை உணர்ந்து கொள்வதும் வாழ்வின் பொருளை உணர்ந்து கொள்வதும் ஒன்றுதான். படைப்பின் இரகசியமும் அதுவே. என்றாலும் உணர்ந்து கொள்வது என்பது தனிப்பட்ட ஒவ்வொருவரையும் சார்ந்த விஷயம்.

கவிதையில் வார்த்தை ஜாலங்கள் சில காலம் மக்களை கவரலாம். எனினும் நீடித்திருக்காது.

- மா.அரங்கநாதன்

மனிதகுமாரர்கள் பிறந்து கொண்டே இருப்பார்கள்...

கவிதைகளில் நாம் பயன்படுத்தும் சொற்கள் அர்த்தமிக்கவையாக இருக்கவேண்டும். நம்மால் வாழ முடியாத வாழ்வைக் கவிதைகள் காட்சிப்படுத்திவிடுவதில்லை. அது நம்மால் வாழ ஏதுவாக உள்ளதையே முன்னெடுக்கும். அதற்கான மனதை நாம்தான் தகவமைக்க வேண்டும். அதற்கான இழப்புகள் குறித்துக் கவலைகொள்ளாதிருக்க சாத்தியப்படும். அப்படியான சாத்தியப்படும் மகத்தான வாழ்வைக் காட்சிபடுத்துகின்றன ஸ்ரீநேசன் கவிதைகள். இவரின் சொற்கள் விழிபிதுங்கச் செய்யாது நம்முடன் ஒருவித இணக்கத்தை உருவாக்கக் கூடியவை.

'தப்பு விதை' மற்றும் 'கடவுள் மட்டும் எப்படி ஜெயிக்கிறார்' தொகுப்பிலிருக்கும் கவிதைகளில் வெளிப்படும் சமூகப் பார்வை குறித்தே இக் கட்டுரை. நிலத்திற்கும் மனிதனுக்குமான பிணைப்பே சமூகம் எனும் என் புரிதலின் அடிப்படையில் என் வாசிப்பைத் தொடங்கினேன்.

எதன் மீதும் எத்தகைய படபடப்பும், அவசரமும் இல்லாது ஆழ்கடலின் அமைதியில் வெகு நிதானமாகவே சொற்களைப் பிரயோகப்படுத்துகிறார். இத்தகைய நிதானத்தைத் தந்திருக்கும் அனுபவ முதிர்ச்சி மெச்சத்தக்கதாகவே உள்ளது.

ஏதேனுமொரு பயணத்தில் எதையாவது பார்க்க, எங்கேயேனும் நின்றிருக்க நம்முள் ஒருவித அமைதி உருக்கொள்ளும். அத்தகைய அமைதியை, பொதுப்புத்தியில் சொல்வதென்றால் பாசிட்டிவ் எனர்ஜி என்போம்.

பற்கள் உறுதியுறுக
பார்வை கூர்மையடைக
புதிதாக மனம் துலங்குக
அதில் அன்பும் கருணையும் மலர்க
உணர்ச்சியில் கலந்தூறிக் கற்பனை கனலுக
சொற்களுக்கு மந்திரப்பித்தேறுக
இனிது இனிது ஒவ்வொரு பிறப்பும்
குடும்பமும் ஊரும் உறவாய்க் குழுமும்
ஒவ்வொரு தேசமும் உடலாம் உணர்க

இப்படியாக இதற்கு முன்னும் பின்னுமாக நம்பிக்கையூட்டும் வரிகளைக் கொண்ட 'மெய்ந்நலக் காப்பு' கவிதையை வாசிக்க உருக்கொள்ளும் ஆற்றல் ஒவ்வொருவரும் உணரத்தக்கதாக உள்ளது.

நம்மவர்களிடையே இருக்கும் சில பழக்கங்கள் குறித்து யோசித்தால் அவை அறிவுக்குப் புறம்பானவையாகவே இருக்கும். ஆனால் சில பழக்கங்களை ஆராயாமல் கடைப்பிடிப்பது இயல்பாகிவிடும். அது பிடித்தமானதாக இருப்பதால், அல்லது தேவையானதாக இருப்பதால் அது குறித்த ஆராய்ச்சிக்குப் போகமாட்டார்கள் 'பக்தர்' கவிதையில் இருக்கும் எள்ளல் ரசிக்கத்தக்கதாக உள்ளது.

மனித சமூகம் தனக்கான வேடிக்கைப் பொருளாக இயற்கை வாழ் உயிரினங்களைக் கருதிக்கொண்டிருக்கிறார்கள். ஆனால் அவற்றுக்கு நாம் வேடிக்கைப் பொருளாக இருப்போம் என்பதை நினைவூட்டுகிறது 'வெளியே வீடு' கவிதை.

பால்யத்தில் ஊரில் பால்காரப்பாட்டியை மிகவும் பிடிக்கும். கறந்த பாலோடு நீரைக் கலக்காது விற்பது எல்லாருக்கும் மிகுந்த ஆச்சரியம் தரும். அது குறித்து ஒரு நாள் கேட்டபோது, "வாங்கிப்போற வீடுகளில் குழந்தைகளுக்கும் கொடுப்பாங்க, குழந்தைகளை ஏமாத்தக் கூடாதுல்ல, நல்ல பால் கிடைக்குமென நம்பிதானே வருகிறார்கள், அவர்களை எப்படி ஏமாற்ற முடியு"மென்றது நினைவில் தோன்றியது 'தப்பு விதை' கவிதையில் வரும் அம்மாவைக் கண்டதும்.

தப்பு விதை

தையில் தானாய் விளைந்த பூசணியை
வீடு வீடாகக் கொடுத்து மாளவில்லை அம்மாவுக்கு
முருங்கையோ வாழையோ ரெண்டு கேட்டு வருபவர்களுக்கு
நான்காகவே கொடுப்பார்கள்
சாபம் பெற்றதுபோல் என் தோட்டம் சும்மா கிடக்கிறது
கேட்பவர்களுக்கெல்லாம் அள்ளி அள்ளித்
தர வேண்டும் என்ற ஆசை மட்டும் அளவில்லை
இங்கிருந்து ஊற்றெடுக்கவில்லையே ஒரு வரியும்.

இக் கவிதையில் வரும் அம்மாவை நம் வீட்டில், தெருவில், ஊரில் பார்த்ததுண்டு, ஆனால் கவிதைக்கான கருப்பொருளாக மாற்றம் கொள்ளச் செய்யாமல் விட்டது குறித்துக் குற்ற உணர்வையும் கவிதை நம்முள் ஏற்படுத்தவே செய்கிறது. இரண்டு தொகுப்புகளிலும் மனிதர்களுள் இருக்கும் மகத்தான பண்புகளைத் தன் கவிதைகளில் காட்சிப்படுத்தியிருக்கும் ஸ்ரீநேசனை மனம் அருகமர்த்திக் கொள்கிறது.

கனிவும் கருணையும் நிறைந்தது மட்டுமல்ல சமூகம், நாவில் நச்சோடு இருப்பதும் உண்டு. மணமான தம்பதியருக்குக் குழந்தைப் பிறப்பு தள்ளிப்போனால் அவர்கள் குறித்துப் பேசப்படும் சாடைப்பேச்சுகள் நீலம் பாரிக்கச்செய்யும் தன்மை கொண்டது. இது ஊர்தோறும் நிகழும் சம்பவம்தான். இது 'விரிச்சி' கவிதையில் துணி துவைக்கும் செயல்பாட்டைக் கொண்டு "குழந்தையின் ஆடையைத் துவைக்க/ கண் திறக்காத காலத்தை சபித்துக்கொண்டு" என பெண்ணின் உணர்ச்சிகளை நம்முள் வடுவாக்கி நுட்பமாக வெளிப்படுத்தி இருப்பார்.

"அமானுஷ்ய வேளை" எனும் மற்றொரு கவிதையில் குழந்தையற்ற தம்பதியரின் வீட்டில் கண்ட காட்சியைக் காட்சிப்படுத்தியிருப்பார்.

புழுக்கமான முன் இரவுக்குப் பின்
நள்ளிரவில்
கனத்த மழையொன்று பெய்கிறது
நனைந்தசையும் எல்லாவற்றின் மீதும்
மின்னல் ஒன்று பளீரிட்டு
சில கண நேரம் உறைகிறது
அவ்வமானுஷ்ய வேளை
நீண்ட நாளாய் குழந்தையின்றித்
துக்கித்துக் கிடக்கும்
தம்பதியரின் எதிர்வீட்டுச் சன்னல்
அசாதரணமான வேகத்தில்
படீரென்று திறக்கிறது
உள்ளே கொடியில்
குழந்தை ஒன்றின் நீர் சொட்டும்
நனைந்த ஆடை.

சட்டென நம்முள்ளும் மின்னல் பாய்ச்சிடுகிறது கவிதை. மனங்களில் நிகழ்த்தப்படும் உள்வெளிப் பயணம் அவ்வளவு எளிதல்ல, அப்படியானதொரு வாழ்வின் தரிசிப்புகளை நமக்கானவையாக மாற்றம் கொள்ளச் செய்யும் தன்மை ஸ்ரீநேசன் கவிதைகளுக்கு உண்டு. இடி, மின்னல், மழை எக்காலத்தில் வாசித்தாலும் அக்கணம் நிகழ்ந்துவிடும் தன்மை இக்கவிதைக்கு உண்டு.

உணர்வுகளைக் கவனத்தில் கொள்ளாது எடுத்தோம் கவிழ்த்தோமென வார்த்தைகளால் சுடும் கீழானவர்கள் குறித்து "ஒரு" கவிதையில் காணலாம். ரயிலில் பூ விற்கும் பெண்ணை அதிகாரியொருவன் திட்ட அவளை வெளியே வீச முடியாத கோபத்தைப் பூக்கூடையில் காட்ட மல்லிகைச் சரம் தாறுமாறாகத் தரையில் விழுவதைக் காட்சிப்படுத்தி, பயணிகளுக்குக் கிடைத்த ரசமான சம்பவம் எனக் கூறி

எனக்கு ஒரே ஒரு கேள்வி
மதிப்பிற்குரிய அதிகாரியே உம்மிடமில்லை

வேடிக்கை ரசித்த பயணிகளே உங்களிடமுமில்லை
இங்கு ரயிலில் உன் அம்மா அவமானப்படுவதை
அறிகிறாயா நீ மகனே?

என முடித்திருப்பதை வாழ்ந்துகொண்டிருப்பவர்களின் கீழ்மை அவர்களோடு இருந்துபோகட்டும். வளரும் தலைமுறைகளான நீங்களாவது கீழ்மையற்று அவமானப்படுத்தாத சமுகத்தை உருவாக்குங்கள், அல்லது அவர்களின் வலிகளைப் புரிந்துகொள்ளுங்கள் என்பதாகப்படுகிறது.

என்னோடு சுற்றியலைந்து கொண்டிருந்த சக சிறுமியிடம்
நான் அன்பென்றறியாத அன்பை வெளிப்படுத்தியிருந்தேன்
அன்பு வேறு ஆசை வேறு போலிருக்கிறது
பொருளறிந்த அச்சமோ அவள் அதை மறுதலித்திருந்தாள்
இத்தனைக்கும் ரகசியத்தில்
என்னுடையதை அவளுக்குக் காட்டவோ
அவளுடையதை நான் பார்க்க
விருப்பமோகூட முனைந்ததில்லை
அதற்குப் பிறகும் பலகாலம் நிலைத்திருந்தது
எப்போதோ அந்த மரம் அங்கிருந்து காணாமல் போய்
இப்போது தீவிரமாய் இங்கு வந்து நிலைத்திருக்கிறது
அட... நினைவடுக்கில் அவள் மறுதலித்ததுதான்
எத்தனை பச்சை
ஆனாலும் அதன் உள்ளடுக்கில் அதுதான் எத்தனை சிவப்பு.

என முடிவுறும் ‘கொய்த மரத்துக் கொய்யாக் கனி’ எனும் கவிதை நம்முள் உருவாக்கும் கால மீட்பு மலர்ந்த ரோஜா தோட்டம். நம்முள் பெரும் மீட்பராக இருப்பது பால்யகாலமே. செத்துக்கிடக்கும் அலைபேசியின் நாவில் சிறு சொட்டு மின்சாரத்தை வைக்க ஒளிரும் தன்மை கொண்டது. விரைவில் மூப்பெய்து பழுத்து சருகுகளாகி விடாது பச்சையம் துளிர்க்கச் செய்யும் பால்யத்தின் நினைவு. இக் கவிதை உடன் ஆடுமேய்த்தவளிடம் அடிக்கனியைப் பார்க்கக் கெஞ்சிய ஆசை அடுத்த வாரம் எனும் சொல்லுக்குள் நாண்டுகொண்டதை நினைவுபடுத்தியது.

நம் சமூகத்தின் அடையாளமாக இருக்கும் விவசாயத்தின் நிலை பெருமிதம் கொள்ளத்தக்கதாக இல்லாமல் ஆக்கப்பட்டிருக்கிறது நவீனத் தொழில் நுட்பம். வீட்டுமனை நல்வரவு பதாகைகள் எங்கும் நம்மை வரவேற்கின்றன. உலகிற்கு உணவை விளைவிக்கும் வல்லமை கொண்ட விவசாயிகள் நூறு நாள் வேலைக்கும், ரேசன் அரிசிக்கும் பழக்கப்பட்டுப் போனார்கள். விவசாயத்தின் எதிர்காலம் குறித்த கவலைகள் கொண்ட கவிதையாக இருக்கிறது 'உழை'.

கோழி கூவல், சாணம் தெளிக்கும் சப்தம் என விடியலுக்கான அடையாளங்கள் இன்னும் இருந்தபடி இருக்கத்தான் செய்கின்றன. ஆனாலும் ஏசியை அணைத்துவிட்டு சன்னலைத் திறக்க எழுந்திருக்க மனமின்றிக் கிடப்போரின் எண்ணிக்கைப் பெருக்கமும் நிகழ்ந்து கொண்டிருக்கும் சமூக மாற்றத்தைக் காட்சிப்படுத்துகிறது 'உறை காலம்' கவிதை.

பெரும்பாலான மனிதர்களின் அன்றாடத் தேவையின் பட்டியலில் மதுவும் இணைந்துபோனது. 'கவித்தல விருட்சம்' கவிதையில் வரும்

டாஸ்மாக்கைக் கடந்து செல்லும் கவிஞன்
போதை பெருக்கிப் பேச்சாய்ப் பொங்க
நகுலனின் சுருதி மீட்டிய பிராந்தியுள் பாய்ந்து
உமர்கய்யாம் வரை விரிந்து
ப்யூகோவ்ஸ்கிக்குத் திரும்பி
யூமாவில் நிலை நின்று
தீர்த்தமாய்த் திரண்டிருந்த கடைசியைப் பருகி முடிக்கவும்
மதுக்கடைச் சிறுவனின் கோலிக் குண்டொன்று
இவர்கள் வரை உருண்டு வரவும் எழுந்து கொண்டார்கள்
சில கணம் தடுமாறி பொறுக்கிய கோலிக்குண்டைச்
சிறுவனிடம் ஒப்படைத்து கிளம்பினார்கள்.

எனும் வரிகளை வாசிக்கையில் கலந்து கொண்ட, கலந்து கொள்ளப்போகும் இலக்கியக் கூட்டங்கள் நினைவில். யூமாவின் அடையாளங்களுள் ஒன்றாகிப்போன "மதுக்கடையில் உருளும்

கோலிக் குண்டுகள்" கவிதை வரிகளையும் இக் கவிதைக்குள் காட்சிப்படுத்தியிருப்பது அழகின் வெளிப்பாடு.

சதா மாற்றங்கள் நிகழ்ந்துகொண்டே இருப்பதில் மிகப் பெருமிதமாய் எல்லாராலும் கொண்டாடப்பட்ட நிறைய்ய விசயங்களை மறந்தே போன நாட்களில் ஸ்ரீநேசன் கவிதைகளில் அவர்களை வாழச் செய்திருக்கிறார். ஆடைகளில், முடி திருத்தகங்களில், கழுத்தில் நரிப் பல்லைக் கட்டி வெற்று மார்போடு திரிந்ததெனப் பழைய வாழ்வை என்றைக்குமான உயிர்ப்போடு இருக்கும்படியாக உள்ளன.

பெண் குறித்து இச்சமூகம் வைத்திருக்கும் பார்வைகள் புரை படிந்தவை. சக உயிரி, சக பயணி என்பதெல்லாம் இல்லாது தனக்கும் கீழான என்றே வைத்துள்ளது. சூப்பர் பவர் தனக்கே எனும் தடித்தனம் கொண்டவர்களே பெரும்பான்மை மிக்கவர்களாக உள்ளார்கள். ஆனால் உண்மை ஸ்ரீநேசனின் இக்கவிதையாகவே உள்ளது.

உயிராதாரி

நீ ஒரு பெண்
சாதாரணமானவள் எனினும்
இந்தப் பிரபஞ்சம்
உன் கண்களிலிருந்தே தோற்றமளிக்கிறது
உன் இருப்பு ஒரு சிறு துகள்
ஆயினும் இந்த வெளி
உன் விரல் நுனிகளிலிருந்தே விரிகின்றது
நீ இசையின் ஒரு துடிப்பு மட்டுமே
இருந்தும் எல்லாவித ஓசைகளும்
உன் இருதயத்திலிருந்தே பெருகுகின்றன
மிகத் தாமதமாய் எதிர்ப்பெற்ற
ஓர் உயிர் நீ
என் எல்லாச் சலனத்திற்கும்
உன் உயிர்ப்பே ஆதாரமாயிருக்கிறது.

நான் சிறுவனாக இருந்தபோது ஊரில் இருக்கும் அம்மன் கோயில் வழியாகச் செல்லாது சுற்றுப்பாதையில் பெண்கள் செல்வது குறித்து என் சந்தேகத்தைக் கேட்க, வீட்டுக்குத் தூரமாக இருக்கையில் கோயில் முன் நடப்பது தெய்வ குற்றம் அதனால்தான் சுற்றுப்பாதையில் செல்வார்கள் என்றனர். காலப்போக்கில் சுற்றுப்பாதை தேவையற்றதாகிப்போனது காலமாற்றத்தின் விளைவால். அது இன்னும் நவீனமாகி அம்மனைக் காதலியாக, தாயாக, குழந்தையாக மாற்றம் கொள்ளச் செய்திருக்கிறார் 'ஏரிக்கரை அம்மன்' கவிதையில்.

இயேசு எனும் சொல் நம்மை வந்தடையும் பொழுது "நள்ளிரவில் இயேசு இளம் பெண்ணை அழைத்துச் செல்கிறார்" கவிதை நினைவில் தோன்றுமளவிற்கு ஸ்ரீ நேசனுக்கான அடையாளமாகிப் போனது இக்கவிதை. எளிய செயல்தான், ஆனால் இச் சமூக நோக்கில் சூழலில் அபூர்வமாகிவிடுகிறது. மனிதனின் மகத்தான பண்பை மனிதகுமாரனோடு ஒப்பிட்டிருப்பதை இக்கவிதையின் வெற்றியாகப் பார்க்கலாம். திருகலற்ற எளிய சொல் முறையும் இக்கவிதையின் பலம். இப்படியான மகத்தான பண்புகளை உடைய மனிதர்களைத் தன் கவிதைகளில் காட்சிப்படுத்தத் தவறுவதில்லை.

பச்சை வேர்க்கடலை
கிடைக்காத பருவத்தில் ஒரு மரக்கால் பைநிறைய
மாமியார் பெருமையோடு கொடுத்தனுப்பியதை
அம்மாவுக்குக் கொண்டு செல்வேன்
விடிகாலை உறக்கத்தைப் பயன்படுத்தி
ஒரு கிழவி தன்னுடையதைப் போல்
என்னுடைய
பையை இறக்கிச் செல்கிறாள்
தூக்கக் கலக்கத்தில் கவனித்துவிட்ட நான்
பதற்றமடைந்து விட்டேன்
யாரும் பாட்டியைப் பிடித்துவிடக்கூடாது
யாரும் அவமானப்
படுத்திவிடக் கூடாது.

நினைவின்மையோ, கவனப்பிசகோ இல்லாமல், அறிந்தே நிகழ்த்தப்பட்ட செயல் எங்கே திருட்டு என அம்பலப்பட்டுவிடுமோவென பதறுபவனின் மேன்மையைக் காட்சிப்படுத்துகிறது 'ஜடசியம்மாள்' கவிதை. இத்தகைய மேம்பட்ட பண்புகளைக் கவிதைக்குள் கொண்டு வருவதால் ஸ்ரீநேசன் கவிதைகள் அபூர்வத் தமிழ்க்குணம் கொண்ட கவிதைகள் என ஷங்கர்ராமசுப்ரமணியன் சொல்வதற்கான காரணமாக இருக்கக்கூடும். மேன்மைமிகு பேரன்கள் நம்முடன் இருந்துகொண்டிருப்பதை நினைவுபடுத்துகிறது.

இக்கவிதையைத் தொடர்ந்து வேறு மூன்று பாட்டிகள் குறித்த கவிதைகளையும் காண்போம்.

பெருமாத்தம்மாள்

படிக்கட்டோர இருக்கையில் ஒரு பாட்டி
எதையோ தவறவிட்டதான முகபாவம்
சுமக்க முடியாத புத்தக மூட்டையை
யாரோ ஒரு சிறுமி
அவள் மடியில் இறக்குகிறாள்
என்னவொரு மிடுக்கு கிழவிக்கு இப்போது
தானே பள்ளிக்குச் சென்று கொண்டிருப்பதைப்போல.

எந்தவொரு செயலுக்கும் மதிப்பீடு மாறுபட்டதாகவே இருக்கும். யாரேனும் ஒருவருக்கு அது வாழ்நாள் கனவாகவோ, ஏமாற்றமாகவோ, சாதனையாகவோ இருக்கக்கூடும். புத்தப்பையைப் பாட்டியின் மடியில் வைத்தல் சாதாரணச் செயல்தான். 'மிடுக்கு' என்ற சொல்லில் பாட்டியின் எதிர்பார்ப்பு, கனவு, ஏமாற்றம் எல்லாம் ஒரு கணம் அடைந்துவிட்ட நிறைவு, பால்யம் தொட்டு கிடைக்காத பேறு அன்று கிடைத்திட்ட மகிழ்வின் ததும்பலை 'மிடுக்கு' எனும் சொல்லுக்குள் வைத்துள்ளார் நேசன்.

பெண்களுக்கு கல்வி என்பது மிகச் சமீபத்தில் வாய்த்த ஒன்றுதானே. நம் சமூகம் அவர்களை வீட்டுக்குள் வைத்தே அழகு பார்த்துக்கொண்டது. சமூக மாற்றத்தின் நல்வெளிப்பாடு

இக்கவிதை. குற்ற உணர்வையும், குதூகலிப்பையும் ஏற்படுத்துகிறது இக்கவிதை.

சூதும் வாதும் அறியாதவர்களின் செயலில் இருக்கும் அன்பைக் கூட சந்தேகிக்கச் செய்யும் வாழ்வில் நாமும் இருப்பதன் அசிங்கத்தைச் சுட்டுவதாக உள்ளது 'கன்னியம்மாள்' கவிதை.

கோயில் பிரசாதமெனினும்
நீ கொடுக்கும் சுண்டலை
மயக்க மருந்திட்டதோ என இப்பேருந்துப் பயணிகள்
ஒருவரும் பெற்றுக்கொள்ள மாட்டார்கள்
உன் அன்பை
அழுகையைப்போல் அடக்கிக் கொள் பாட்டி.

நாமும் இப்படியான பேருந்துகளில் பயணித்திருக்கக் கூடும். ஏதேனும் ஒரு பாட்டி அழுகையை அடக்க இயலாது விம்மியபடி இருந்திருக்கக் கூடும். நாம் கவனிக்கத் தவறியிருப்போம், இருப்பில் இல்லாமல், இல்லாத இருப்பில் இருந்துகொண்டிருக்கிறோமே.

தொகுப்பிலிருக்கும் மற்றொரு பாட்டி தள்ளாத வயதில் தயிர் விற்றுப் பிழைப்பதைக் காட்சிப்படுத்துகிறது. அன்றைய தொழில் பாதிப்பு ஏற்பட்டுவிடக் கூடாதென சூரியனிடம் வேண்டுதலை வைக்கும் குரல் நம் குரலாகவும் இருக்கிறது.

வால்மீகி தன் சிஷ்யர் பரத்வாஜருடன் ஆற்றின் கரையில் நடக்கையில் இரண்டு பட்சிகள் கூடிக் குலாவுவதைத் தற்செயலாகக் கண்டார். திடிரென்று வேடன் ஆண் பட்சியை வீழ்த்தினான், கோபம்கொண்ட முனிவர் "இரக்கமற்ற வேடனே எல்லையற்ற காலம் வரை நிம்மதியற்று வாழ்வாய்" எனச் சபித்தார். பின் நிதானமாகித் தன் கோபத்திற்கு வெட்கமடைந்தவர் அச்சமயத்தில் தன் சாபம் பொருத்தமான வார்த்தைகளால் கோர்க்கப்பட்ட கவிதையாக வந்திருப்பதை அறிந்து ஆச்சரியப்பட்டார். "இரக்க உணர்ச்சி இல்லை என்றால் நல்ல கவிதைகள் அமைவதில்லை. சோகத்தில்தான் நல்ல

ஸ்லோகங்கள் அமைகின்றன" எனும் வால்மீகியின் கூற்று எத்தகையான உண்மையை கொண்டுள்ளது என்பதை ஸ்ரீநேசனின் கவிதைகளிலும் உணர முடியும்.

சொர்க்கம், நரகம், நல்லது, கெட்டது, கடவுள், பிசாசு இச் சொற்கள் மனித குலத்தோடு பிணைந்து கிடக்கின்றன. இவற்றை நாம் நம்புகிறோமா, நம்பவில்லையா என்பது குறித்த ஆராய்ச்சியற்றே கவிதைகள் அது எவ்விதம் செயல்படுகிறது என்பதையே நாம் பார்க்கவேண்டி இருக்கிறது. கடவுளின் படைப்பு நாம் எனச் சொல்லப்பட்டாலும், குழந்தை ஒன்றிடம் கடவுள் படும்பாடு குறித்த "கடவுளின் தூளி" கவிதையும் ஸ்ரீநேசனின் உச்சம் என்றே பார்க்கிறேன்.

அம்மாவும் அப்பாவும் குழந்தையுமான
ஒரு குடும்பத்தை
விபத்து நடத்திக் கொன்றான் கடவுள்
அம்மா நல்லவளாகையால் வலப்புறமிருந்த
சொர்க்கத்துக்கு அனுப்பி வைத்தாள்
அப்பா கெட்டவன் எனச் சொல்லி
இடப்புற நரகத்தில் தள்ளிவிட்டார்
நல்லதா கெட்டதா எனத் தெரியாமல்
குழந்தையைத் தன்னுடனே வைத்துக்கொண்டாள்
தாய் தந்தையில்லாத ஏக்கத்தில்
அழத் தொடங்கிய குழந்தை நிறுத்தவே இல்லை
முகிலைத் துகிலாக்கி மின்னலைக் கயிறாக்கிப் பிணைத்து
வெட்ட வெளியில் தூளி ஒன்றைக் கட்டிய கடவுள்
குழந்தையை அதிலிட்டுத் தாலாட்டத் தொடங்கினான்
சொர்க்கத்திற்கும் நரகத்திற்குமிடையே அசைந்தது தூளி
வலப்புறம் அம்மாவையும்
இடப்புறம் அப்பாவையும்
காணத் தொடங்கிய குழந்தை
அழுகையை நிறுத்திக் கொண்டது

அப்பாடா என ஓய்ந்தான் கடவுள்
குழந்தையோ மீண்டும் வீறிடத் தொடங்கியது
பாவம் கடவுள் குழந்தையை
நல்லதாக்குவதா
கெட்டதாக்குவதா
என்பதையே மறந்து விட்டுத்
தூளியை ஆட்டத் தொடங்கி
ஆட்டிக் கொண்டே இருக்கிறான்.

நல்லதுக்கும் கெட்டதுக்கும் இடையே தடுமாற்றத்தோடு இருக்கும் கடவுளிடமிருந்து தூளியை வாங்கிக்கொண்ட ஸ்ரீநேசன் தூளிகளில் குழந்தைகளைப் படுக்கச்செய்து இவ்வுலகில் இருக்கும் நல்லது கெட்டதுகளைக் கதையாகச் சொல்லியபடி நல்லதுகளில் கவனப்படுத்தித் தூளியை ஆட்டிக்கொண்டே இருக்கிறார்.

வெறும் கையில் முழம் போட்டு, வெற்றுச் சவடால்களில் பெருமிதம் பேசித்திரிவோரின் வாழ்வில் கதியற்று நிற்கும் கணங்களைச் சுட்டும் 'கடவுள் மட்டும் எப்படி ஜெயிக்கிறார்' கவிதையும் முக்கியமானதொரு கவிதையாகப் பார்க்கலாம்.

சம காலத்தின் முக்கிய சொல்லாடலாகச் இருப்பது மக்கும், மக்காத குப்பைகள் குறித்தான பேச்சு. 'வள்ளலார் தெரு' கவிதை நம்மின் நவீன வரலாற்றைச் சொல்லிவிடுகிறது. மக்காத குப்பையை அதிகாரத்தின் குறியீடாகவும், மக்கும் குப்பையை மனசாட்சியின் குறியீடாகவும் பார்க்கலாம், அதைப் பிரித்துப் பார்க்கும் குப்பை வண்டிக்கார முதியவரின் மனப்போக்கு நமக்கானதாக இருக்கிறது.

மலை, ஆறு, ஏரி, நாய் போன்றவை மனிதர்களின் வாழ்வில் பிணைந்தவை. இவைகள் குறித்த அனுபவங்களை ஸ்ரீநேசனின் கவிதைகளில் பெற்றுக்கொண்டே இருக்கலாம். 'நானும் நாயும்', 'ஒரு மலையின் மாலை', 'சந்திரகிரி', 'திரவமலை', 'கனவு மலை' 'நகரத்துக்கடியில் புதையுண்ட ஏரி' என நிறைய்யக் கவிதைகளை பட்டியலிடலாம்.

இயற்கைக்கும் மனிதனுக்கும் இடையே இயற்கை கொண்டிருக்கும் நெகிழ்வுத் தன்மைக்கும், மனிதனிடம் பெருக்கெடுக்கும் பேராசைக்கும் இடையே உருக்கொண்டுள்ள விடுபடல்களை மெல்லத் தவிர்க்கச்செய்து பிணைப்பை உருவாக்கும் முயற்சியாக ஸ்ரீநேசனின் கவிதைகளைப் பார்க்கலாம்.

இந்தச் செருப்பைப் போல்
எத்தனை பேர் தேய்கிறார்களோ
இந்தக் கைக்குட்டையைப் போல்
எத்தனை பேர்
பிழிந்தெடுக்கப்படுகிறார்களோ
இந்தச் சட்டையைப் போல்
எத்தனை பேர் கசங்குகிறார்களோ
அவர்கள் சார்பில்
உங்களுக்கு நன்றி
இத்துடனாவது விட்டதற்கு.

எனும் ஆத்மாநாமின் கவிதையில் வெளிப்படும் பாதிக்கப்பட்டுக் கொண்டிருப்பவர்களின் மீதான நேயம் நமக்கும் தேவைப்படக்கூடிய ஒன்று. எங்கோ எவரோ எக்கேடு கெட்டால் என்ன, என் வாழ்வு, என் சுக துக்கம் என வாழ்ந்துகொண்டிருப்பது வாழ்வா? எனும் கேள்வி படைப்புகளில் வெளிப்பட்டுக் கொண்டுதான் இருக்கிறது. ஸ்ரீநேசன் கவிதைகளிலும் அப்படியானதொரு கேள்வி இருந்துகொண்டுதான் இருக்கிறது. அரசு சமூகத்தை ஒற்றைத்தன்மைக்குக் கொண்டுவர முயற்சி கொள்ளும்போது, விவசாயிகளுக்குப் பாதிப்பு ஏற்படுத்தும் சட்டங்கள் வரும்போது, கடுமையான சூழல் பாதிப்பு ஏற்படுத்தும் திட்டங்கள் வரும்போது போராடத்தானே வேண்டும். எனக்கென்ன வந்தது என்றிருப்பதை எள்ளல் செய்யும் தன்மையும் ‘கவிதைகளை வாசித்துக் கொண்டிருப்பவன்’ கவிதையில் இருக்கிறது.

மக்கள் கடவுள்களைத் தரிசிப்பது தெருக்கூத்தில்தான். அவர்களுக்கு உலகின் மிகச் சிறந்த நகைச்சுவைக்காரன்

கட்டியக்காரனே. உழைப்பின் அலுப்பிலிருந்து விடுதலை அடையச் செய்வதும், கூத்தின் கதைகளோடு தங்கள் கதைகளைப் பொருத்தி ஆறுதல் கொள்வதும் என தெருக்கூத்திற்கும் மக்களுக்குமான பிணைப்பு வேர்களுக்கும் மண்ணுக்குமானது. தொகுப்பிலிருக்கும் 'கூத்தாட்சித் தத்துவம்' கவிதை தெருக்கூத்தை நினைவுபடுத்தியதோடு மட்டுமின்றி பபூனாக வேடமேற்றுப் பபூனாகவே வாழ்ந்துகொண்டு ஆட்சிபுரியும் பபூனின் கேலிக்கூத்துகளை இவ்வாறாகக் காட்சிப்படுத்துகிறது.

தூய்மைக் கூத்து இவரது தாரக மந்திரம்
அதைக் காட்டும் நடுத்தெரு மேடையைத் தாமே கூட்டுவார்
கூத்து ஆரம்பத்தில் ஆர்ப்பாட்டம் செய்பவர் பின்
மேடைப் பக்கமே தலை காட்ட மாட்டார்
ஊர்சுற்றி வருவதில் அலாதி மோகம் கொண்ட
இவரது பிரதான கூத்தாட்சித் தத்துவம்
ஒரே கருத்து ஒரே கதை ஒரே கூத்து
எதிர்கால நோக்கி கனவுத்திட்டம் எல்லாம்
என்றென்றைக்கும் தான் ஒருத்தனே நடிகன்
உறங்குவோர் விழிக்கும் வரை இரவுகள் விடியும் வரை
இக் கூத்தின் கூத்தே தொடரும்
மங்களம் சுபமங்களம்
ஜெயம் சுபோஜெயம்.

இரவுகள் விடியத்தானே செய்யும், உறங்குவோர் விழிக்கத்தான் செய்வார்கள் இங்கு எதுவும் சாசுவதம் அல்ல. விரைவில் ஆட்சிமாற்றம் நிகழும் என நம்புவோம்.

ஸ்ரீநேசனின் 'அறி உரை' எனும் இச்சிறு கவிதையோடு கட்டுரையை நிறைவு செய்தல் பொருத்தமானதாக இருக்கும் என நம்புகிறேன்.

எனவே
எங்கேயும்

எப்போதும்
எல்லாவற்றுக்காகவும்
எளியோரின் பக்கம் போய் நில்லுங்கள்
பலவானாகப் பெறுவீர்.

- கல்குதிரை

தடைப்படாத நீர் ஓட்ட அழகு

க.மோகனரங்கன். இப்பெயர் ஒரு மந்திரச் சொல். நினைவில் சட்டென நிதானத்தை கொண்டுவரும் தன்மை கொண்ட எழுத்துக்காரர். தூரிகைகளும் வர்ணங்களும் இல்லாது நம்முள் சித்திரங்களை வரைந்து செல்லும் கவிமொழிக்காரர். தற்பெருமையும், தளும்புதலும் இல்லாது மொழிக்கு வளமை சேர்த்தபடியே இருப்பவர். நான்கு கவிதைத் தொகுப்புகள், இரண்டு கட்டுரை நூல்கள், ஒரு கதைத் தொகுப்பு, இரு மொழிபெயர்ப்பு நூல்களென இவரின் பங்களிப்புகள் நீண்டுகொண்டிருக்கின்றன.

வரப்பிலிருக்கும் புல்லை அறுத்துச் சீர்செய்தபடியே இருக்கும் தாத்தாவிடம், தண்ணியோடத்தானே போகுது, எதுக்கு ஓயாம அதுகூட மல்லுக்கட்டுறீங்க என்றேன். தடைப்படாத தண்ணியோட்டம் ஒருவித அழகுடா எனக்கூறி அவ்வேலையைத் தொடர்ந்து செய்தார். ‘கல்லாப் பிழை’ தொகுப்பை வாசிக்க இச்சம்பவம் நினைவிற்கு வந்தது. கச்சிதத்தன்மையே வாசிப்போட்டத்தின் பேரழகு.

‘வாசனை’ கவிதை வரைந்த பூக்கட்டும் பெண் தொடங்கி ‘கிளிப்பெண்’ணோடு கூடடைந்தது நல் அனுபவம்.

மலையில் / ஏறும்போது / மருளவும் / மலரில் / ஊறும்போது / மயங்கவும் / தெரியாத / எறும்பிற்குத் / திறந்திருக்கிறது / எல்லாத் திசைகளிலும் / பாதைகள். ‘திறப்பு’ கவிதை எறும்பைச் சாவியாக்கி நம்முள் மூடுண்ட கதவுகளைத் திறக்கச் செய்திடுகிறது.

இரண்டு கால்களும் / இரண்டு கைகளும் / எவ்வளவு உழைத்தும் போதவில்லை / ஒரு வயிற்றுக்கு... என்று நீளும் ‘நடைவழி’ கவிதை கொரானா காலத் துயர்களின் சாட்சியாக நிற்கும்.

அன்பின் முடிச்சு சூட்சுமம் மிகு குகை போன்றது. கழுத்துக்கு

மட்டுமல்ல, காலாகாலத்திற்கும் உடனிருந்து மர்மங்களை அவிழ்த்துப் புதிய உலகைத் தரிசிக்கச் செய்தபடியே இருக்கக் கூடியதும். 'முடிச்சு' கவிதை பயணிப்பு.

பிடித்த பாடலுக்கு மனம் தானாய்த் தாளமிடும். இத்தொகுப்பில் பெரும்பாலான கவிதைகளுக்கு மனம் தாளமிட்டவாறு இருப்பதை உணர்ந்து கொள்ள முடியும்.

அசையாத உறுதியையும், அவசரமில்லாத நிதானத்தையும் புழுவாக ஊர்ந்து வாழ வழிகாட்டும் 'அடங்கல்' கவிதை ஞானத்தின் திறவுகோலாகிறது.

எல்லாருக்குள்ளும் ஒரு குழந்தை இருந்துகொண்டிருக்கும். அக்குழந்தையை, மொழி எப்பொழுதாவது வெளிக்கொணர்ந்திடும். மதுவிடுதியில் வேலைபார்க்கும் சிறுவனின் பையிலிருந்து சிதறிய கோலிக்குண்டுகளை எல்லாரையும் பொறுக்கித்தரச் செய்த யூமாவாசுகியின் கவிதையை நினைவூட்டிய 'நிறைதல்' கவிதை தரை தாழ விடாமல் வண்ண பலூனை ஏந்தச் செய்தது. இக்கவிதையின் நீட்சியாக 'ருசி' கவிதையும் நம்மை வாழச் செய்கிறது.

....இருப்பினுமிந்த/மனதைத் திருப்புவதுதான்/மலையைப் புரட்டுவது மாதிரியிருக்கிறது/ என்று முடிவுறும் வே.பாபுவின் நினைவுக்காக எழுதப்பட்ட 'நினைவூசல்' கவிதை இணக்கமான தோழமையோடிருந்த நாட்களை மீட்டுத் தந்தது. அப்பாவின் நினைவில் எழுதப்பட்ட 'வழி' கவிதை கண்களில் நீர் முடிச்சுகளை உருவாக்கியது.

கல்லாப் பிழையும், கருதாப் பிழையும், கசிந்துருகி எனத் தொடங்கும் பாடலில் இறைவனைப்பற்றிய நூல்களைப் படித்து, அதன்படி வாழ்வை நடத்தாமல் இருப்பதை கல்லாப் பிழை என்கிறார் பட்டினத்தார். க.மோகனரங்கனின் 'கல்லாப் பிழை'யோ வாழ்வு எட்டி நிற்பதல்ல, நிழலாய் உடன் நிற்கும் என்கிறது. வாழ்வின் மீதான பிடிப்பை இணக்கமாகச் சொல்லிச் செல்கின்றது.

- இந்து தமிழ்திசை

நிரம்புதலைத் தரும் கணங்கள்

கவிதைகளின் இயங்கு தளம் இதுதான் என அறுதியிட்டுச் சொல்லிவிட முடியாது. தினமும் புதிதாய்ப் பிறக்கக் கூடியது. மூப்பற்றது. மூப்படைந்த தோற்றமுடைய குழந்தை எனச் சொல்லலாம். கவிதையில் இதைத்தான் சொல்ல வேண்டும் என்றில்லை. எதையும் சொல்லலாம். கவிதை பொதுமொழிக்கானது மட்டுமல்ல. ஊர்மொழிக்கானதும் கூட.

வாழும் மண்ணில் விழும் மழையை, அடிக்கும் வெய்யிலை, வாழ்ந்து மடியும் மனிதர்களின் உணர்வுகளை அவர்கள் புழங்கிய மொழியிலேயே வெளிப்படுத்துவதே சரியானதென கொங்கு மண்டலத்தில் வா.மு. கோமு, மு.ஹரிகிருஷ்ணன், சு.வெங்குட்டவனைப் போன்று வினையனும் தொடர்ந்து ஊர் மொழியில் எழுதிவருவது குறிப்பிடத்தக்கது.

ஊர்மொழியில் பேசும் வினையனின் கவிதைகளில் காதல், காமம், அரசியல் மட்டுமின்றி சூழலியலும் உண்டு. கவிதைகளில் வரும் கெட்ட வார்த்தைகள் துருத்திக் கொண்டு இருக்காமல் இயல்பாக வெளிப்பட்டிருக்கின்றன.

கிராமங்கள் அப்பழுக்கற்று உன்னதர்கள் வாழும் இடம் மட்டும் அல்ல. சாதியின் கூடாரமும், மூடப்பழக்கமும், வன்மமும் மிக்கோர் வாழும் இடம் என்பதையும் காட்டுகிறது எறவானம், எச்சிக்கொள்ளி தொகுப்புகள்.

பகல் உறக்கத்தில் மகள் பெயர் கேட்டு வரும் அப்பனின் பாடையில் போகும் காட்சியும், மாறவே மாறாத மரண வாசனை வரும் கவிதைகள் நமக்கு புதியன.

"சீர் செனத்தியில வருமா கொக்கி வச்ச ரவுக்க" என முடிவுறும் கவிதையில் வரும் பெண்ணின் ஏக்கத்தை ஊரில் கேட்டும் பார்த்தும் வாழ்ந்த காலங்கள் நினைவில் நடப்பு காலமானது.

இயற்கையோடும், சாமிகளோடும் சர்வ சாதாரணமாக உரையாடல் நடத்துபவர்கள் நிறைய உண்டு. இயற்கை எல்லாருக்குமானது என்பதை மறந்து தனக்கே தனக்கானது என்பதாக எடுத்துக்கொள்ளும் உரிமை, துக்கம், மகிழ்ச்சி என எல்லாவற்றையும் பகிர்ந்துகொள்ளும் பாங்கு மெச்சத்தக்கது. அவற்றை வினையன் காட்சிப்படுத்தியிருப்பது அழகு.

"பேஞ்சிதான் தொலையேன்
கண்டாரோழிபய வானமே"

"பேஞ்சா பேயும், காஞ்சா காயும்
வக்காள ஓழி வானம்"

"சாஞ்ச வாட்டில் சாத்துது
சாண்ட நக்கி வானம்"

இப்படி வானத்தை சக மனிதர்களாக நினைத்துத் திட்டும் வாழ்வு நகரத்தார்களுக்கு எந்நாளும் கிட்டாதது. வானத்தைப் பார்ப்பதே அபூர்வம். வாட்ஸ்அப்பில் வானத்தின் காட்சிப் படங்களைக் கண்டு ரசித்து லைக் இட்டு நகர்வதே வாழ்வாகிப் போனது.

"ரெண்டு சுருட்டும் பட்ட சாராயமுந் தர்றேன்
செத்த வழிகாட்டேங் கருப்பா"

என்பதில் இருக்கும் அந்நியோன்யத்தில் துயர்களைக் கடந்து வாழும் வாழ்வை நம்மால் உணர முடிகிறது.

தப்புக் கடலை பொறுக்க வந்தவளால்
வெள்ளாட்டுக் குட்டிக்கு விடுப்பு –

என ஆட்டுக் குட்டியோடு வாழ்வு நடத்தியவன் கதை சுவாரஸ்யமானது. இக்கவிதை எனது ஊரில் நிகழ்ந்த சம்பவம் ஒன்றை நினைவுபடுத்தியது. டீக்கடை அய்யரை அவர் மனைவி எப்பொழுதும் அண்ட விடுவதில்லை. டீக்கடைத் தொட்டியில் நீர் குடிக்க வரும் பசுவை அவ்வப்போது சோலி பார்த்திருக்கிறார். ஒருமுறை அது ஓங்கி உதைவிட மர்ம உறுப்பு கிழிந்த கதை

ஊருக்குள் ஒரு மாதம் ஓடியது.

தொட்டால் தீட்டு என ஒதுக்கி வைக்கும் ஆண்டைகளின் வக்கிர காமம் காட்டும்

"பிட்டந் தட்டும் பெரியாண்டைக்கு
எப்போதாவது இப்படி எழுச்சி பெறும்"

எனும் கவிதையும் உண்டு.

"பக்க வாத்தியக் கூலிதான்
மூவேளைச் சோத்துக்கே உத்திரவாதமில்லை"

"நெல்லுச் சோறு திங்க சிறுவாடு சேத்துத் தந்த அக்கா"

எனும் வரிகளில் அவர்களின் வாழ்வினூடே இருக்கும் வாழ்வாதாரத் துயரையும் நமக்கானதாக்கி விடுகிறார்.

சிரைக்கும் சவரக் கத்தி
ராசேந்திர சோழனின்
போர் வாளாய்த் தெரிவது

எனும் வரிகளில் கொள்ளும் ஆறுதலும்...

உனக்கும் எனக்கும் ஒரே
வடிவத் தீ தான்
கனன்று கொண்டிருக்கிறது

என்பதில் இருக்கும் நியாயமும் எல்லாருக்கும் பிடிபடத்தக்கது.

மேகம் கருக்கையில் வீடு திரும்பும் ஆடு மாடுகள்
முதல் சொட்டின் நனைதலுக்குக்
காத்து நிற்கும் கபடி சிறுவர்கள்
வெளிச்சமிருக்கவே விளக்கில்
மண்ணெண்ணை ஊற்றும் பாட்டி
கடலைச் செடிகள் மேல்
அமர்ந்தும் பறந்தும் குதூகலிக்கும் தும்பிகள்

மழையை ரசிக்க கடலை வறுக்கும்
எல்லார் வீட்டின் அம்மாக்கள்
கூடு திரும்பும் பறவைகள்
ஊர்க் குளத்தில் ஆரம்ப மழைத்துளி
எண்ணக் காத்திருக்கும் மழைச் சிறுமிகள்
ஓட்டைகள் எண்ணிப் பாத்திரம் ஒதுக்கும்
கூரை வீட்டின் மைந்தர்கள்.

என மழையின் சாயலை என்றென்றைக்கும் நம் மனதில் அழகிய காட்சியாக்கியிருக்கும் வினையன் இடுப்புல தங்காத கால்சட்டய, இழுத்து இழுத்து, சுருட்டி மடிச்சி விட்ட நான் கூட கவிதை நூல் போட வந்திட்டேன். ஊரு மாறாதா என்ன?

2016ல் எறவானம் தொகுப்பில் வெளிப்பட்டிருக்கும் அவரின் நம்பிக்கை ஏழு ஆண்டுக்குப் பின் 'எச்சிக்கொள்ளி' தொகுப்பில் என்னவாகி இருக்கிறது எனப் பார்த்தால் எல்லாம் அதன் நீட்சியாகவே இருக்கிறது. வறுமை, சாதிய வன்மம் எதுவும் குறைந்தபாடில்லை. வினையனின் சொல்லல் முறை நமக்குள் அதன் தாக்கத்தை முழுமையாக இறக்கிவிடுகிறது.

ஊர் வாழ்க்கையை நினைவுபடுத்துவதோடு மட்டுமின்றி, ஊரிலும் நம்மை வாழச் செய்திடுகிறது எச்சிக்கொள்ளி.

எறவானம் தொகுப்பில் சீர் செனத்தியில் கொக்கி வச்ச ரவிக்கையை எதிர்பார்த்தவள் எச்சிக்கொள்ளி தொகுப்பில் பொங்க வருச வைக்க வரும் பொறந்தவனுக்காகக் காத்திருப்பதாகப் பட்டதெனக்கு. சீர் வரிசை, பொங்கல் பானை என்பதெல்லாம் பெண்களின் வாழ்வில் வாழ்நாள் முழுமைக்குமான உறவின் முடிச்சு. அம் முடிச்சு எக்காரணத்திற்காகவும் பிரிந்திடாது பார்த்துக் கொள்வார்கள். அப்படியானதொரு பிணைப்பைப் பிடிப்புமிக்க கவிதையாக்கியுள்ளார் வினையன்.

இரண்டு தொகுப்புகளிலும் வறுமையின் தீவிரத்தை உணர்த்தும் அவரின் சொற்கள் வாதை மிக்கவையாக உள்ளன. பெருமைக்குப் பிள்ளை பெற்று எனத் தொடங்கும் கவிதையில் வரும்

"உசுர்நெல மறைக்கக் கூட
துண்டு துணிக்கு வக்கில்லை"

எனும் வரிகளை மிஞ்ச வேறு சொற்கள் இல்லை வறுமையைக் கூற.

பவளக் காளியாக அலைவுறுபவளின் ஆட்டங்களைக் காட்சிப்படுத்தி இரட்டை முலைக் காளியாக உறங்கச் செய்யும் கவிதை பெண்ணுள் இருக்கும் மன அழுத்தத்தின் வெளிப்பாடு.

வாழ்நாள் முழுமைக்கும் வறுமையைக் கைக்கொள்ளும் பெண்; சத்தியத்தால் தன் கற்பை நிரூபிப்பவள்; மண்ணாகப் பூடு என சாபம் இட்டபடி வாழ்வை நகர்த்துபவள்; நாளும் கிழமையும் அற்று உழைத்துக்கொண்டே இருப்பவள்; பாம்புகள் ஊறும் காட்டில் அசதியில் உறக்கம் கொள்பவள் என நிறையப் பெண்கள் நம்மை உறக்கம் இழக்கச் செய்கிறார்கள்.

பெண்பிள்ளை யொன்று போதாதா?
பேர் சொல்ல,
முறம் பீயைத் தின்றுவிட்டு
அடுத்தவன் குசு நாற்றமடிக்கிறதென்று சொல்லும் ஊர்
எச்சிக்கொள்ளி யென்றானபின்
எழவுக்கு வந்தவளா தாலியறுப்பாள்
பொட்டப்புள்ள வைக்கும் நெருப்பில்
கட்டை வேகாமலா போகும்.

ஊர்ப்புறங்களில் பெண்கள், சாவுக்கு சுடுகாடுவரை போக அனுமதியில்லை. பாடைமாற்றி இடம்வரை மட்டுமே அனுமதிக்கப்படுவர். இன்னமும் இந்நிலை தொடர்ந்தபடிதான்.

பொட்டப்புள்ள வைக்கும் நெருப்பு எதையும் எரிக்கும். அவர்கள் வைக்கும் நெருப்புதான் பசியாற்றுகிறது என்பதை மறந்து இன்னமும் பழைய சடங்கு தொடர்ந்துகொண்டு இருப்பதைக் காட்சிப்படுத்துகிறது இக்கவிதை.

கவிதைகள் எவ் வடிவத்தையும் தமதாக்கிக் கொள்ளும் தன்மை கொண்டவை.

'எரிகிற வீட்டில் பிடுங்கிய வரை லாபம்',

'தனக்கும் தனக்குமென்றால்தான் புடுக்குக் களை வெட்டுமாம்',

'செட்டி புத்தி கெட்டிப் புத்தி'

போன்ற பழமொழிகள், ஊர்ப்புறச் சொலவடைகளைக் கவிதைக்குள் கொண்டுவந்து கச்சிதமான இடத்தேர்வைச் செய்து பொருத்தி வைப்பதில் சாதூர்யம் மிக்கவராக உள்ளார் வினையன்.

மாட்டுக்கறிக் கடைகள்

நெரிசல் மிகுந்திருக்கின்றன

டாக்டர் சொன்னாருங்க தம்பி

வைத்தியத்துக்கு வாங்கிட்டுப் போறேன்

இந்தப் பெரிய பய என்னத்தக் கண்டான்னு தெரில

நடுக்குட்டிதான் பறக்குது – என

மேலத்தெரு அண்ணன்கள் வரிசையில் நிற்கின்றனர்

செத்த மாட்டைத் தூக்கக் கூப்பிட்ட

இவர்களின் அப்பாக்கள்

ஆன்மா சாந்தியடையட்டும் கோமாதா.

சம கால நடப்பைக் காட்சிப்படுத்தும் முக்கியமானதொரு கவிதை. மாட்டுக் கறி என்பது எல்லாருக்குமான உணவாகிக் கொண்டிருப்பது நிதர்சனம். என் உணவு என் உரிமை எனும் நிலைப்பாட்டை ஏற்கச்செய்ததற்கு ஒன்றிய அரசின் அபத்தமான போக்கும் முக்கியமான காரணம். தனிமனித வாழ்வியலின் போக்கில் சனாதானத்தை நிறுவ முயன்று கொண்டே இருக்கும் அரசதிகாரத்தினைக் கேலி செய்வதாகவும் இக்கவிதையை பார்க்கலாம்.

கவிதைகளுக்கான பாடு பொருள் இதில்தான் எனப் புனிதப்படுத்தப்பட்ட பிரத்யேகமானதென இங்கு எதுவும் இல்லை. சகலத்திலும் உண்டு. ஒன்றின் மீது நுட்பமான உணர்வு செயல்படும் கணம் அது படைப்பிற்கான பாடு பொருளாகவும் மாற்றம் கொள்ளும். வினையனுக்கு ஊர்

மண், ஊர் மனிதர்களின் வாழ்வியலில் இருந்து பாடுபொருள்களைக் கண்டடைந்திருக்கிறார். அது அவர்களின் வாழ்வியல் வாதைகளை, காதலை, அன்றாடம் எதிர்கொள்ளும் அரசியலை, அழகியலை நமக்குப் புதிதாக்கிக் காட்டுகிறது. எச்சிக்கொள்ளியில் அதற்கான ஊற்றுகளை வைத்துள்ளார். அதை நாம் கண்டடையும் கணம் நிரம்பிப் போய் விடுவோம்.

- கல்குதிரை

வலிகளை வாங்கிப்போகும் கடலலைகள்

நம்முள் துளிர்த்த செடி தொடர்ந்து வளர்ந்துகொண்டு இருக்க வேண்டும். வளராதுபோக பிடுங்கி எறிந்து மாற்றுச்செடியைத் துளிர்க்கச் செய்திடுவோம். வளர்வதுதானே எல்லாவற்றின் பண்பு. வேல் கண்ணனும் தான் இயங்கும் கவிதைத் தளத்தில் தொடர்ந்து இயங்கியபடி இருப்பது குறிப்பிடத்தக்கது.

மௌனத்தைக் குறியீடாகக் கொண்டு தளர்வான மொழிநடையில் எழுதப்பட்ட கவிதைகளைக் கொண்ட "இசைக்காத இசைக் குறிப்புகள்" நூலில் தொடங்கி, நாம் அன்றாடங்களில் எதிர்கொள்ளும் வாழ்வியல் கூறுகளை அதனதன் பண்போடு தன் மொழியால் விசாலப்படுத்திய தன்மைகளைக் கொண்ட கவிதைகளோடு வந்த "கனவுகள் மேயும் பாம்பு நிலம்" பலரின் கவனிப்பைப் பெற்றுத்தர, மூன்றாவது கவிதைத் தொகுப்பாக "லிங்க விரல்" வந்துள்ளது. பிசிறுகள் இல்லாது நேர்த்தியான சொல்லல் முறையில் நம் காலத்தின் நிகழ்வுகளில் நம்மை இருக்கச் செய்கின்றன கவிதைகள்.

நம்மிடம் அற்புத விளக்கு ஒன்று இருந்தால் எவ்வளவு நன்றாக இருக்கும். எல்லாருக்கும் அவர்கள் விரும்புவதைக் கொடுத்திடலாமே. அவ்வாறு கொடுக்க முடியாத ஏக்கம் தேங்கிக் கிடக்கும் நீராக இருந்துகொண்டே இருக்கும். ஆனால் அற்புத விளக்கும் உண்மையற்றதுதானே. உண்மையற்ற ஒன்றைக் கொண்டு உண்மையைத் திருப்திப்படுத்துவதில் இருக்கும் சுவாரஸ்யம் எவ்வளவு அலாதியானது. நம்மை எப்படியெல்லாம் மகிழ்விக்கக் கூடியது. நாமும் நம் கவிதைகளை அற்புத விளக்காக்குவோம். கவிதைகளை அற்புத விளக்கென நம்பினால் வேல் கண்ணனின் லிங்க விரல்

தொகுப்பிலிருக்கும் முதலிரண்டு கவிதைகளில் வெளிப்படும் பெருமூச்சு காணாமல் போயிருக்கும்.

காலம் தன் நகர்வைத் தொடர்ந்துகொண்டு இருந்தபோதும் அவரவருக்கும் உயிர்ப்பான சில நினைவுகளை விட்டுச்செல்ல மறந்ததில்லை. அது நமக்கு ஊன்று கோலாக மாறி நம்மின் இயக்கத்தை உறுதிப்படுத்திவிடுகிறது. அதுவும் பால்யத்தின் நினைவுகள் தரும் ஈரம் பட்டுப்போன செடிகளைக்கூட உயிர்ப்பிக்கக் கூடியதாக இருக்கிறது.

....
....
தவறவிட்ட
கோலிக் குண்டுகள்
தோட்டத்து அரும்புகள்
அம்மாவின் கடுங் காப்பி
ஆச்சியின் சீலை
சரோஜ் நாராயணஸ்வாமி
ஆண் பெண் மரப்பாச்சி
ஆலமரத் தூளி
பீங்கான் ஜாடி உப்பு ஊறுகாய்
பழுப்பு ஓலைச்சுவடி
மதியத்தில் எப்பவாவது கேட்கும் மிதிவண்டி சத்தம்....
....
....

இப்படியாக அவரவருக்கான வாழ்வு இருக்கத்தான் செய்கிறது.

இதுதான் இதன் இயல்பு, இப்படித்தான் எல்லாம் நிகழும் என்பதை மாற்றி எதையும் சாத்தியப்படுத்தும் தன்மையை அலைபேசி உருவாக்கித் தந்துகொண்டே இருக்கிறது. பழுத்த இலைகளை மட்டுமே மரங்கள் உதிர்க்கும், ஆனால் அலைபேசித் திரையில் எல்லா இலைகளும் உதிர்க்கும் மேஜிக் நிகழ்ந்துகொண்டே இருக்கும். இந்த மேஜிக் நம் மனப்போக்கை

எப்படி உருவாக்கிக் கொண்டிருக்கிறது என்பதைக் காட்சிப்படுத்துவதாக இருக்கிறது.

லிங்க விரல்

உதிரிலைகளின் நடுவே
பழுக்கத் தொடங்குகிறது
ஒன்று

திறக்கப்படாத
அந்தக் குறுஞ் செய்தி
ஒரு வேளை
'பிரத்தேக அழைப்பொலி உள்ளவரிடமிருந்து....'
என்று
மனப்பட்சி நமைக்கிறது
'தொழில் நுட்பக் கோளாறாக இருக்கலாம்'
சமாதான நிழலாடுகிறது
அவ்வப்போது
பதிவுக் குரலைக் கேட்கிறேன்
என் பேச்சினைக் குறைத்திருக்கலாம்
காணொளி அழைப்பில்
நீ தவிர்த்த பார்வை
குறுந்தகவல்கள்
தரவிறக்க சுயமிகள்
தடயமின்றி அழிக்கவும்
தேய்ந்தலைகிறது
லிங்க விரல்
இன்னும்...

ஏற்கனவே சொல்லப்பட்டிருக்கும் லிங்கம் சார்ந்த தத்துவார்த்தங்களோடு அலைபேசியையும் இணைத்துப் பார்க்கச் செய்கிறது கவிதை. கவிதையின் முதல் பத்தி தவறான புரிதலையும் கொடுக்கக் கூடிய தன்மையிலும் இருப்பதால், இன்னும் கொஞ்சம் கூடுதல் உழைப்பைச் செலுத்தியிருக்கலாம்.

ந.பெரியசாமி

நண்பர்களோடு உரையாடியபடி இருக்கும்போது விக்கல் ஏற்பட்டால் எதிர்பாராத கணத்தில் அதிர்ச்சி உண்டாக்க எதையாவது சொல்லும்போது அதன் விளைவால் விக்கல் நின்றுபோவதுண்டு. வாசிப்பின்போது உண்டாகும் விக்கலை நிறுத்தும் சொல்லாடல்களாகப் 'பாறை உடைத்த தேரை', 'விண்வெளி விழுங்கிய நிலா' 'முது நிழல்' போன்று தொகுப்பில் நிறைய ரசிக்கத்தக்க தடுப்பான்கள் உண்டு.

"எப்போதோ ஓடிய நதியின் குளுமை

என் கன்னத்தில் நான் அழுத்திக் கொண்டிருக்கும்

கூழாங்கல்லில் தங்கியிருக்கிறது

இருத்தல்

அதனின் பொருட்டே நீள்கிறது

தேவை"

சொற்கள் பிணைவு கொள்ளும் தன்மைக்கேற்ப கவிதை நம்முள் ரசவாதத்தை உருவாக்கும். கூழாங்கல், குளுமை எனும் இச்சொற்கள் கவிதையாற்றில் ஓடி பிணைவுகொள்ள நம்முள் ஒரு நதியைப் பிறந்தோடச் செய்திடுகிறது. 'கூழாங்கல்லில் தங்கியிருக்கிறது இருத்தல்' எனுமிடத்திலே கவிதை முற்று கொள்கிறது. பின்னிருக்கும் வரிகளை எடுத்திருக்கலாம் அல்லது கவிதையின் தொடக்கத்திற்குக் கொண்டு சென்றிருக்கலாம் எனப்படுகிறதெனக்கு.

சுள்ளிகளைச் சேகரிக்க

வெறுங்காலுடன்

மலையேறிக் கொண்டிருக்கிறது

முது நிழல்

என முடிவுறும் "மலை தரிசனம்" கவிதையில் ஐந்து அனுபவங்கள் காட்சிப்படுத்தப்படுத்தப்பட்டிருப்பதில் வேல்கண்ணனின் மொழியில் தொடர் பயணிப்பின் முதிர்ச்சியைக் கண்டடைய முடிகிறது.

பொருள்காட்சி வளாகத்துள் ஏதேனும் ஒரு மூலையில்

மனிதத் தலை மீன் உடல் என வசீகரிப்பு மிக்க விளம்பரங்களோடு இருக்கும் மேஜிக் கூடாரம்போல் தொகுப்பில் எல்லை வீரன் தலைப்பிட்ட கவிதையுள் தங்கி வியந்தபடி பயணிப்பைத் தொடரச் செய்கிறார். இயல்புக்கும், இயல்பற்றதுக்குமான மனச்சித்திரங்களை அடுக்கிக் கொள்ளச் செய்கின்றன கவிதைகள்.

திண்ம நிலை நீர்ம நிலையை அடையாது திண்மத்திலிருந்து ஆவியாகுதல் பண்பைக் குறிக்கும் பதங்கமாதல் எனும் அறிவியல் விதியைக் கவிதைக்குள் முயற்சித்துப் பார்த்துள்ளார். பேருந்து ஒன்றில் விற்கப்படும் வெள்ளரி பேருந்தில் பயணிப்போரைக் குளிர்விக்கும் கணத்தைப் 'பதங்கமாதல்' கவிதையில் காட்சிப்படுத்தியுள்ளார்.

தொடரும்

என் கிளை மீது
வந்தமர்ந்த பறவை
இளைப்பாறிய பின் பறக்கிறது
மீண்டும் இளைப்பாற அமரும் வரை
பின் தொடர்ந்து செல்லும்
என் கிளை.

இக்கவிதையில் கிளை என்பதை மனம் எனக் கொள்ளலாம். நுண்ணுனர்வின் மெல்லிய பின்னலே மனம். அது எளிதில் நிறைவு கொள்ளாது. அரிதினும் அரிதினைக்கூட மீண்டும் கைக்கொள்ள ஆசைகொண்டபடியே இருக்கும். மனம் குறித்த தத்துவார்த்தங்களை மீண்டும் அசைபோடவும், அதன் சுழலுள் இருந்துகொண்டிருக்கவும் செய்கிற இக்கவிதையைப் போன்று தொகுப்பில் நிறைய்யக் கவிதைகளைக் காணமுடிகிறது. தனித்திருப்பவனின் மனப்போக்கின் வெளிப்பாடுகளே 'லிங்க விரல்' தொகுப்பின் மதிப்பீடாகச் சொல்லவும் ஏதுவாக இருக்கின்றன கவிதைகள்.

நம்மை நாம் உணரும் தருணங்கள் விசித்திரமானவை. எக் கணத்திலும் அது நிகழக் கூடும். சில செயல்கள் உடன்

போதிமரமாகி நமக்கு ஞானத்தைக் கடத்தக்கூடும். சிலருடனான உரையாடலில், குழந்தைகளுடனான பொழுதில், கேட்கும் பாடலில், வாசிப்பில், பயணத்தில் என அதன் பட்டியல் நீண்டிருந்த போதிலும் கவிதைகள் சட்டென நம்மை வேறொன்றாக உருமாற்றும் தன்மை கொண்டவை. என்றாவது நமக்கு நிகழ்ந்ததாக இருக்கும் கவிதையின் வழி நினைவில் பிறக்கும்போது அது நம்முள் கிளர்த்தும் அனுபவங்கள் வேறானவை. லிங்க விரல் நம்முள் வேறு வேறான அனுபவங்களை நினைவுகொள்ளச் செய்கிறது.

இழப்பொன்றுமில்லை/ என்னை என் பக்கம் சாய்த்திருக்கிறாய் என முடிவுறும் புறக்கணிப்பு குறித்த கவிதையில் இழப்பொன்றுமில்லை என்பது நம்மை நாமே சமாதானம் கொள்ளச்செய்யும் மருந்து. புறக்கணிப்பின் நோய் முற்றி காணாமல் போய்விடாது நம்மை காக்கும் சூரணமாகவும் அச்சொல் இருக்கிறது. எல்லாருடைய வாழ்விலும் இப்படியான சில சொற்கள் மாத்திரைகளாக மாற்றம் கொண்டு நம்மின் இருப்பைச் சாத்தியமாக்குகின்றன.

கொரானா எனும் சொல்லை சமகாலத்தவர் எவரும் எளிதில் கடந்துவிட முடியாது எல்லாருக்குள்ளும் ஆணி வேராக ஊடுருவி உள்ளது. அதன் பாதிப்பு எல்லாருடைய படைப்புகளிலும் இருப்பதென்பது இயல்பாகிப்போனது. 'மிக நீண்ட தூரம்' என வேல்கண்ணனும்.

தொடக்கத்தை நிர்ணயிக்கும் பூவா, தலையா போட்டுப்பார்த்தல் அழகின் வெளிப்பாடு. உடனடியாக மலர்ச்சியையும், ஏமாற்றத்தையும் தரவல்லது. ரகசியத்தை அவிழ்க்கும் முன் மனம் அறியும் சமிக்ஞையை உணர்த்துகிறது இக்கவிதை.

நாணயத்தைச் சுண்டி
உள்ளங்கைகளில் மறைக்கிறேன்
மலர் தொடுக்கவே விருப்பம்
உள்ளங்கை விரியாமல்
கணமொன்று மலர்கிறது.

“கவிதையில் ஒரு மரம் வரைகிறேன்
கவிதையில் ஒரு தோப்பு வரைகிறேன்
கவிதையில் கானகம் வரைகிறேன்”.

மரம், தோப்பு, கானகம் திரும்பி வரவழைக்கும் ஆற்றல் கொண்டவை. அதையும் மீறி ‘முதல் வரி எழுதுவதற்கு முன்பிருந்த பறவை/ திரும்பி வந்தபாடில்லை’ என முடிவுறும் இக்கவிதையில் ஏமாற்றத்தின் தீவிரம் எத்தகையது என்பதை உணர்த்துவதாக உள்ளது.

பேரமைதியை சிம்னியின் ஒளியாக்கித் தன்னுள் வைத்திருப்பவர் புத்தர். அவர் குறித்த புரிதல் இல்லாத பிரளயத்தில் இருப்பவர்களையும் வசீகரிக்கும் ஈர்ப்பு புத்தரிடம் உண்டு. சிறார்கள் பெரும்பாலானோர் புத்தர் சிலையை வாங்கி வருவது அதனால் கூட இருக்கலாம். ஓவியம், சிலை, போஸ்டர் என எதில் பார்க்க நேர்ந்தாலும் நம்முள் ஒரு அமைதி பரவுவதை உணர முடியும். வேல்கண்ணன் ‘வளரும் புத்தர்’ கவிதையில் நமக்கான புத்தரை நினைவு படுத்துகிறார்.

எல்லாருடன் இருந்தபோதும் தனித்திருந்து எல்லாவற்றையும் உற்றுநோக்கியபடி இருப்பவனின் துயர்கள், கனவுகளின் சித்திரங்களும், எல்லாருக்குமான எல்லா வலிகளையும் வாங்கிப்போய் நடுக்கடலில் விட்டு வரும் கடலலைகள் நம்மை மீட்சிகொள்ளச் செய்யும் எனும் நம்பிக்கையும் மிளிர்கின்றன வேல்கண்ணனின் ‘லிங்க விரல்’ தொகுப்பில்.

- இந்து தமிழ்திசை

நிலம் பூக்கும் சூரியன்கள்

அங்கும் இங்குமாக எதன்பொருட்டு என்பதை அறியாமலே அலைந்துகொண்டிருக்கும் நாய்களின் பிழைப்பை ஒத்ததாக இருக்கிறது நம் வாழ்வும். கொஞ்சம் நிதானிக்கச் செய்து தவறவிட்டவற்றின் அழகியலை காட்டி, ஒளிர்வைக் காணாது கண்மூடிக் கடந்ததைச் சுட்டி, இதுவும் வாழ்வுதான் எதை வாழ்கிறாய் எனக் கேள்விகேட்டு, நம்முள் குடியேறிக்கொண்டிருக்கும் மிருக குணங்களைக் கழட்டி விட்டபடியிருக்கின்றன கலை இலக்கியங்கள். அவற்றில் மிகு நுண்ணுணர்வையும் பிரதிபலிப்பவையாக உள்ளன கவிதைகள். காலகாலமாக எழுதப்பட்டுக்கொண்டிருந்தாலும் இன்னும் சொல்லப்படாத சங்கதிகள் இருந்துகொண்டே இருக்கின்றன. நந்தன் கனகராஜ் தன் மேழி நகரும் தடம் தொகுப்பில் நமக்கான புதிய சங்கதிகளை வைத்துள்ளார். அவரின் முந்தைய தொகுப்பிலிருந்து மாற்றம் கொண்டு கவிதை சொல்முறையில் கச்சிதத்தன்மையை அடைய முயற்சி செய்துள்ளார்.

உறுதித்தன்மையைப் பிரதிபலிக்கக் கூடியவை பாறைகள். ஆனால் அப்பாறைகளில் மெல்லிய கோடிட்டு ஓங்கியடிக்கப் பிளவுகொண்டுவிடும். ஒருவிதமான இளகிய தன்மையை அது உள்ளொடுக்கி வைத்துள்ளது. அது நீரின் சலனமாகவும் பறவைகளின் கீச்சொலிகள், மரங்களின் பேச்சு என சலனம் கவிதையில் கண்டடைந்துள்ளார்.

உலகம் தொடர்ந்து மாற்றங்களை எதிர்கொண்ட போதும் 'கவனமாக விடிந்து, சரியாக இருட்டி' கிராமங்கள் அவற்றுக்கேயுரிய தனித்தன்மைகளை இன்னமும் கூட அடைகாத்துவைத்துக்கொண்டிருப்பதைக்காட்சிப்படுத்துகின்றன கவிதைகள்.

"யார் தச்ச சட்ட...

இது

எங்க தாத்தா தச்ச சட்ட..."

எனும் சிறார்களின் பாடல்களில் மிதந்து வழியும் கொண்டாட்டம் நம்மை என்றும் தொற்றிக் கொள்ளும். இதுபோன்ற பாடல்கள் வழக்கொழிந்து போன காலத்தில் நம்மைக் காலத்தால் பின்நோக்கிப் பயணிக்க வைக்கிறது கவிதை. நம் நிர்வாணத்தை மறைக்க உற்பத்தி செய்த பாடுகளை மெச்சும் பாடல் அது. நிலம் பூக்கும் வெள்ளைச் சூரியன்களான பருத்தியை விளைவிக்கும் வாழ்விலிருக்கும் வாதைகளிலிருந்து ஆசுவாசம் கொள்ளச் செய்யும் பாடல் அது. 'நீர் - நிறை- வெள்ளை' கவிதையில் கசப்பேறாத கிராமத்து இளைஞனான கனக ராஜிடம் இக்கவிதை உருக்கொண்டிருப்பது மகிழ்ச்சியளிக்கிறது.

கொத்து மலர்களைக்
கையளித்து
வார்த்தைகளற்று நிற்கிறேன்.
உள்ளிருந்து
ஒளிரும் சுடருக்கு
மலரின் சுகந்தம்.

*

தொலைவு
கைப்பிடித் தண்ணீரில்
வரவேற்பறையின் மலர்
புன்னகைக்கிறது.
நெடுந் தொலைவில்
அதன்
இளந் தண்டுகளை
வெயிலுக்கு ஏந்தி நிற்கிறேன்.

இந்த இரு கவிதைகளும் அகத்திற்கும் புறத்திற்குமான ஓர்மையை உணர்த்துகின்றன. கொத்து மலர்களைக் கையளித்த போதும் மனதுள் அதன் நறுமணங்களை வைத்துக் கொள்ளுதலும், வரவேற்பறை மலர் கண்ட கணம் தொலைவிலிருக்கும் குளமாக மாற்றம் கொண்டு, இளம் தண்டைத் தாங்கும் நீராகவும் தன்னை மாற்றிக் கொள்ளும் உருமாற்றம் தரும் அழகியலை ரசித்துக் கிடக்கச் செய்கின்றன கவிதைகள். 'வெளி வெளிச்சம்' எனும் கவிதையில் வரும் 'காட்டுப் பூக்களாக மலர்ந்து நிற்கிறேன்' என்பதையும் இதனோடு பொருத்திப் பார்க்கலாம். கண்டராதித்தனின் திருச்சாழல் தொகுப்பில் வரும் 'ஞானப் பூங்கோதைக்கு நாற்பது வயது' எனும் கவிதையில் கவிசொல்லி ஞானப் பூங்கோதையாக மாறுவதும், பின் ஞானப் பூங்கோதையாகவே வாழ்ந்திருப்பதையும் கூறும் பொக்கிசமான அக்கவிதையும் நம்முள் வந்துபோகும்.

அறத்திற்குப் புறம்பான செயல்களைச் செய்ய நம்முள் குற்ற உணர்வுகளை எற்படச் செய்யாது, அதனை சமன்செய்ய அல்லது மன்னிப்பைப் பெற பரிகாரம் எனும் ஏற்பாட்டை உருவாக்கியிருக்கும் மதச் செயல்பாட்டைப் பரிகாசம் செய்கிறது 'பரிகாரம்' கவிதை.

எவரிடம் எதை எப்படிப் பேசவேண்டும் என அறிந்திருந்தல் ஒருவித கலை, இவன் இவன் எதற்காக இதைப் பேசுகிறான் என அறிந்துகொள்ளுதல் மற்றொரு கலை. உங்கள் எழுத்து பாரதியை நினைவூட்டுகிறது என்பதையும், உங்கள் வாழ்வில் காந்தியைக் காண்கிறேன் என்பதையும் நம்மால் மெச்சிக்கொள்ள இயலுமா? சிலருக்கு நாணம் நாக்கைத் ண தொங்கச் செய்திடும், பலருக்கோ புத்தியை அழிக்கும் போதையூட்டும். 'சொல்' கவிதையில் வரும் 'சொல்லை நாடகமாடச் செய்தல்' எனும் கூற்று அழகு.

பொதுப்புத்தியில் இன்னமும் கூட பெண் குழந்தைகளைப் பெற்றவர்களின் மீதான பார்வை எத்தகைய அபத்தமிக்கது என்பதை உணரச் செய்கிறது 'துலக்கம்' கவிதை. ஐந்து பெண் பிறந்தால் அரசனாக இருந்தாலும் ஆண்டியாவான் எனும் சொலவடை வேறு. அவர்கள் எத்தகைய செயலைச் செய்தாலும்

வீட்டில் பெண் பிள்ளை இருப்பதை மறந்திட்டியா எனத் தொடர்ந்து குற்றவாளி போன்ற மனநிலையில் வைத்திருக்கச் செய்யும் மனப்போக்கு தற்காலத்தில் மாறியிருப்பது ஆறுதலாக உள்ளது. வாழ்வின் மீதான பயம் எதை எதையெல்லாம் பிடித்தாலும், பிடிக்காவிட்டலும் சமன்செய்து வாழவேண்டி இருக்கிறது என்பதை 'அச்சம்' கவிதையில் உணரலாம்.

யுக கசப்பு

உலகின்
கடவுச் சொல்லைக் கொண்டு வந்த
சிசு
கைகளை இறுக்கி மூடியிருந்தது
இனிப்புச் சுவையின்
மூன்று சொட்டுகளை
ஒவ்வொருவராக
நாக்கில் விடத் தொடங்கினர்
நிர்வாண உடம்பில் தொற்றிக் கொண்ட
எல்லாவற்றிற்குமாக
வீறிடத் தொடங்குகிறது.

பிளவுகொண்டு வரும் பிறப்புகள் அனைத்துமே ஏதேனுமொரு மாற்றத்தைக் கொண்டு வரும் கடவுச் சொல்லோடே இருக்கும். கண்களையும் கைகளையும் இறுக்கிக் கிடக்கும் குழந்தையின் வாயில் உன் வருகையின் பொருட்டு எங்களின் மகிழ்விதுவென்பதைச் சுட்டும் முதல் சொட்டும், அனைத்து உயிர்களிடத்திலும் அன்பாய் இரு என இரண்டாம் சொட்டும், கற்றறிந்து புதியனவற்றை இவ்வுலகுக்கு வழங்கென மூன்றாம் சொட்டும் வைத்து எங்கள் மீதேறிக் கிடக்கும் கசப்பை அகற்று எனும் கோரிக்கைகளுக்குப் பதிலளிக்க சிசு வீறிடுகிறதென்றும் நமக்கான அர்த்தத்தை உருவாக்கிக் கொள்ளவும் கவிதை இடமளிக்கிறது.

ஒப்பீடுகள் சிக்கல்களையும், சங்கடங்களையும் உருவாக்கக் கூடியவைதாம். ஆனால் சமூகம் குருட்டாம்போக்கில்

ஒப்பீடுகளைச் செய்துவிடுவதில்லை. அப்பனுக்குப் பிள்ளை தப்பாமல் பிறந்திருக்கிறது, தாயைப்போல பிள்ளை, நூலைப்போல சேலை என்பதைப் போன்று, பேரைக் கெடுக்கப் பிறந்திருக்கான் பாரென்றும் சொல்வதுண்டு. நிறம் உருவ ஒற்றுமை மட்டுமே காரணிகளாக இருந்துவிடுவதில்லை. பண்புகளையும் அறிந்த பின்னே சொல்லப்படுவதுண்டு. நமக்கு வேண்டுமென்றால் நிறைவுகொள்ளாதிருக்க சங்கடங்கள் ஏற்படுவதை நேர்த்தியாக விவரிக்கும் 'சிக்கல்கள்' கவிதையில் தன் தாத்தாவின் பெருமிதத்தையும் சொல்வதாக இருப்பதால் இக்கவிதை மேன்மையடைகிறது.

சிக்கல்கள்

தாத்தனின்
கடைந்தெடுத்த உருவம் என்கிறார்கள்.

அத்தனை நெருக்கத்திலா
தள்ளி விடுவது.

எதிர்ப்படுபவரிடம்
தொலைவைச் சுருக்கும்
எந்தப் பதிலையும் எனக்குத் தெரியாது.

சேகரிப்பில் உள்ள
தானியங்களை விதைத்து
அனைத்தும் தர இயலாது.

வாய்க்காலும்
வண்டி மாடுகளும்
நிலைகொள்ளாமல் இருக்கும்
உழைப்பை வழங்க முடியாது.

ஒவ்வொரு பருவத்திற்கு
முன்னும் பின்னும்

மண்ணை வயப்படுத்தும்
நுட்பம் திறக்க வராது.

இணையிடம்
அப்படியொரு காதலில்
நிறைந்திருக்கத் தெரியவே தெரியாது.

என்னை
அவ்வளவு
முண்டியடித்துத் தள்ள வேண்டுமா
என்ன.

இக்கவிதையில் நாம் நமக்கான தாத்தாக்களையும் வாழச் செய்திடலாம்.

பரந்துபட்ட வாசிப்பும் எழுத்தின் மீதான காதலும் நிறைந்து சமூகத்தில் அன்றாடம் சனங்களோடு புழங்கி, தாத்தா, பாட்டிகளின் வாழ்வு குறித்த சொற்களை மனக்குதிரில் கொட்டி வைத்திருக்கும் நந்தன் கனகராஜ் மொழியில் தனக்கான தனித்த நடையும், சொல்லல் முறையும் கண்டடைந்து மொழிக்கு நிறைவான பங்களிப்பை செய்வார் எனும் நம்பிக்கையை வலசை பதிப்பத்தில் வந்திருக்கும் 'மேழி நகரும் தடம்' தொகுப்பு ஏற்படுத்துகிறது.

- செம்மலர்

நமக்கான விழிப்படைதல்கள்

இலக்கியப் பிரதிகளில் ஆதித் தன்மை கொண்டது கவிதை. கற்பனைகள் மட்டுமின்றி அதிலிருக்கும் உண்மைகளே அதன் வசீகரம். கவிதைகளில் செயல்படும் காலமும், இடமும் அதன் நம்பகத் தன்மையை வலுவாக்கும். "அறம் பொருள் இன்பம் அடைதலே நூற்பயன்" என்பதற்கேற்ப நாம் வாசிக்கும் நூல்கள் இருந்திட்டால் உருக்கொள்ளும் மகிழ்ச்சி பகிர்தலுக்குரியது.

மனித மனங்களில் சாதி, மத வேறுபாடுகளை உருவாக்கி, அவற்றைக் கெட்டிப் படுத்திக்கொண்டே இருப்பதன் மூலம் ஆட்சியைத் தக்கவைக்கலாம் எனும் நம்பிக்கையின் கொழுத்த புன்னகையில் ஆளும் ஒன்றிய அரசின் கடந்த ஒன்பது ஆண்டுகளின் போக்குகளை அறிய ஒருவர் விரும்பினால் எள்ளளவும் தயக்கமின்றிப் பரிந்துரை செய்யும் தொகுப்பாக வந்திருக்கிறது சம்புவின் "காவியேறும் ரத்தம்" கவிதைத் தொகுப்பு.

கருத்தியல் இல்லாத கலாச்சாரச் செயல்பாடுகள் எவையுமில்லை. ஒத்த கருத்தியலோடு இணைந்து செயல்பட சார்புத்தன்மை ஏற்படுவது இயல்பு. இச் சார்புத் தன்மையை அரசியல் எனவும் கொள்ளலாம். தொகுப்பின் கவிதைகளில் உருக்கொண்டிருக்கும் சார்புத்தன்மை இடதுசாரித் தன்மை கொண்டது மட்டுமின்றி எளியவர்களின் கைகளை உயர்த்தும் குரலாகவும் கவிதைகள் உள்ளன.

ஏகதிசையும் டிஜிட்டலால்
சுற்றிவளைக்கப்பட்ட
ஓர் சிறிய
இரை நீ
இந்தப் பிளேடினால்

நீயாகவே மணிக்கட்டின் நரம்புகளை
அறுத்துக் கொள்
தேசத்தின் பேராபத்து சிவந்த ரத்தம்
அது
காவிநிறத்தில் வழிகிறதாவென
காண விரும்புகிறார் மன்னர்.

என முடிவுறும் 'அசல் காவி' எனும் கவிதையில் தொடங்கி காயாத ரத்தக்கறையுடன் / இம் மண் மீது ரீங்கூரமிடும் காவியின் அதிகாரத்தை நேராக சந்தித்த சோஃபியாவுக்கு, படுகொலை செய்யப்பட்ட தாத்ரி கிராமத்தின் முகமது அக்லக் நினைவாக, காதூவா மேய்ச்சல் நிலத்தில் குதிரை மேய்த்து திரிந்த இளங்குருத்து ஆசிஃபாவுக்கு 13 ஏப்ரல் 2018 ல் நடந்த கொடூரத்திற்கு, ஒரு தோள்சீலைக்காகத் தம் மூதாதைகள் பட்ட இழிதுயரங்களைக் கிஞ்சித்துமறியாத தமிழிசைக்கு, 2019 மார்ச் பொள்ளாச்சியில் நிகழ்விற்கு, என அவ்வப்போது அரசு திட்டமிட்டு நிகழ்த்திய அறமற்ற செயல்களுக்குத் தன் எதிர்வினையாக மொழியில் அவற்றின் குரூரங்களை வெளிப்படுத்துகின்றன சம்புவின் கவிதைகள். வாசிப்பில் நம்மை ஆற்றுப்படுத்த ஆங்காங்கே அரசியலற்ற கவிதைகளும் உண்டு.

தீண்டிவிடும் தொலைவில் நச்சரவம்
நெளிகிற
ஆளரவமற்ற கொடு நிலமிது மகளே
உன் பாதையில் சூதானம அவசியம்.

எனத் தொடங்கும் 'கூடு திரும்புதல்' கவிதையில் பெண்களுக்காக எத்தகைய உலகைக் கையளித்துள்ளோம், வெற்று அடிமைகள் பரிபாலிக்கும் ராஜ்ஜியத்தில் பெண்களின் சுதந்திரத் தன்மை என்னவாகி இருக்கிறது. நீதிக்காகக் கையேந்துபவர்களை நிராதரவாக்கும் பதர்கள் நிறைந்திருக்க உனக்கான கவசத்தை நீயே கண்டடை மகளே என நாமும் நம் மகளுக்குச் சொல்ல வேண்டி இருப்பதை உணர்த்துகிறது இக்கவிதை.

'விசுவாச மருளேறிய இந்த வரிசை

ஒருபோதும் குலைந்துவிடக் கூடாதென்பது

ராஜ்ய நலனில்

அக்கறைகொண்டு விதந்தோதப்படுகிறது'

என்பனவற்றை உள்ளீடாகக் கொண்டிருக்கும் 'விசுவாசம் ஓர் தேசிய நிர்பந்தம்' கவிதை நடப்பு அரசியலின் வெளிப்பாடாக உள்ளது. அரசின் அதிகார எந்திரங்கள் மூலம் தான் நம்பும் சித்தாந்தத்தை அவசர அவசரமாக நடைமுறைப்படுத்தி, அதன் மூலம் ஆட்சியை என்றைக்கும் தங்களுக்கானதாக மாற்றத் துடிக்கும் அவலத்தைக் காட்சிப்படுத்துகிறது கவிதை.

டில்லியின் கொடுங்குளிர், கடும் வெயில் எனப் பாராமல் ஆண்டுக்கணக்கில் நிகழ்ந்த உழுகுடிகளின் போராட்டத்தை நசுக்க அரசு கைகொண்ட அருவருப்புமிக்க செயல்கள், தீநுண்மி நம்மைத் தகர்த்த போது அதை எதிர்கொள்ள அறிவியல்பூர்வ முன்னெடுப்புகளை விட்டு விளக்கேற்றி பஜனை பாடவைத்ததன் அவலத்தைக் கூறுகின்றன கவிதைகள்.

நிகழ்வுகள், சம்பவங்களைக் கவிதைக்களாக்குதல் சரியானதா எனும் கேள்வியை எழுப்பிக்கொண்டால் இவை நம் வாழ்வின் தொடர்ச்சி தானே, நம்மின் நகர்விற்கு முக்கியப் பங்களிப்புச் செய்யக் கூடியவையும் இவைகயே. வாழ்வோடு இயைந்த சம்பவங்கள் நிகழ்வுகளை வெறுமனே கடந்துவிட இயலாதுதானே. இறப்பு தவிர்க்க இயலாத ஒன்று. அதற்காகச் செய்யப்படும் கொலைகளை ஏற்றுக்கொள்ள முடியாதல்லவா. அதுவும் சாதி, மதங்களின் பெயரால் நித்தமும் அரங்கேற்றப்பட்டபடி இருக்கும் சம்பவங்கள் கவிதைக்குள் வந்திருப்பது சரியானதுதானே.

கரணம் தப்ப மரணம் எனும் சொல் வழக்குக்கேற்ப இந்ததொகுப்பின் கவிதைகள் கொஞ்சம் பிசகினாலும் பிரச்சாரமாக மாறிவிடும் சூழல் இருக்க, தனக்கேயான மொழியின் பரிச்சயத்தால் சம்பவங்களைக் கவிமொழிக்குள் கொடுத்திருப்பதில் சம்பு எதிர்கொண்டிருக்கும் சவாலை நம்மால் உணர முடிகிறது.

தனி நபர் துதி மூலம் இங்கு வைக்கப்பட்டுக் கொண்டிருக்கும் ஃபாசிச அரசியலின் கருத்தியல் திணிப்பின் விழிப்பு நிலையை சம்புவின் 'காவியேறும் ரத்தம்' தொகுப்பின் கவிதைகள் உணர்த்திக் கொண்டு இருக்கின்றன.

- இந்து தமிழ்திசை

மொழியற்றவை உணர்வுகள்

வேற்றுமையில் ஒற்றுமை என்பதை உணர்வுகள் சார்ந்து குறிப்பிடலாம். காதல், வலி, மகிழ்ச்சி, ஆறுதல், அன்பு, அரசியல் நிலைபாட்டால் எதிர்கொள்ளும் துயரம், புலப்பெயர்வு உண்டாக்கும் காயங்கள் என நிறைய்யச் சொல்லிக்கொண்டே போகலாம். உணர்வுகளை வெளிப்படுத்த மொழி தடையாக இருக்காது. உணர்வுகளை வெளிப்படுத்த மொழிகள் வேலிகளாக இருப்பதில்லை. அதற்கு ஒரு பொதுத்தன்மை உண்டு. மனித சமுத்திரத்தில் ததும்பும் அலைகளாக உணர்வுகள் உள்ளன. மொழி அதன் வடிகால் என்பதை உணர்த்துவதாக உள்ளது. மலர்விழியின் மொழிபெயர்ப்புக் கவிதைத் தொகுப்பான ‘அகாசிய மலர்கள்’.

எதுவொன்றும் தேர்வின் தன்மை பொறுத்தே அதன் பலம் வெளிப்படும். இத்தொகுப்பில் அவர் மொழிபெயர்ப்புக்காகத் தேர்வு கொண்டுள்ள கவிதைகளின் பாடுபொருள்கள் நம்மின் சமகாலத்தன்மையைப் பிரதிபலிப்பதாக உள்ளதால் தொகுப்போடு ஒன்ற முடிகிறது.

எல்லா மொழிகளிலும் அன்பும், மனிதநேயமும் அடிப்படை ஆதாரமாக இருப்பதை இத்தொகுப்பின் கவிதைகளில் காணலாம். தனித்திருப்பு, வலி பிரதானமாக இருந்தபோதும் அதன் விடுவிப்புக்கான உணர்வைப் பிரதானப்படுத்தும் கவிதைகளும் உள்ளன.

நிழலையும் அந்தரத்தில் பறக்கச் செய்யும் பறவையின் பறத்தல் லயம் பற்றிய கவிதை நமக்கும் ஒரு விடுதலை உணர்வைத் தருவதாக உள்ளது.

ஒரு மனிதனின் கதை மூலம் உலகத்தாரின் கதை சொல்லும் நிக்கானோர் பர்ரா துயர்மிகு காலங்களில் மனிதர்கள் நம்மைக்

கைவிடுவதில்லை என்பதைக் 'கல்லறையில்...' கவிதையில் காட்சிப்படுத்துகிறார்.

கல்லறையில்...

தாடியுடன் மதிக்கத்தக்க தோற்றமுடைய
ஒரு முதியவர்
கல்லறை முன் மயங்கி விழுகிறார்
திடீரென ஒரு புருவம் திறவ
சுற்றியுள்ளவர்கள் உதவ முயற்சிக்கிறார்கள்
ஒருவன் அவரின் நாடித் துடிப்பை சரிபார்க்க
ஒருவன் காகிதத்தால் விசிறுகின்றான்
இன்னுமொரு உண்மை சுவாரசியமளிக்கக் கூடும்
ஒரு பெண் அவர் கன்னத்தில் முத்தமிடுகிறாள்.

பூக்கும் காலம், இலைஉதிர் காலம் என நமக்கு பருவங்கள் சில நினைவுகளை கொண்டு வரும். சில நினைவுகள் வலிகளைத் தரக்கூடியவையாக இருப்பதைக் காட்டுகிறது 'அகாசியா மலர்கள்'

சிறு பறவை கசந்த விதைகொண்டு சிதைந்த நிலத்தில் விளைவித்த காதல் மரத்தின் நிழலில் ஆசுவாசமடையச் செய்கிற கவிதைகளும் தொகுப்பில் உண்டு.

பன்மொழிக் கவிதைகளை வாசிக்கும் சூழல் இது போன்ற தொகுப்புகள் வழிதான் நமக்குக் கிடைக்கக்கூடும். மலர்விழி மொழிபெயர்ப்பிலும் தனக்கான தனித்தன்மையோடு வெளிப்படுவார் என்பதை உணர்த்துவதாக உள்ளது 'அகாசியா மலர்கள்'.

- இந்து தமிழ்திசை - நுட்பம்

சுய பகடியில் பூத்த மலர்கள்

"முழுமையற்ற, பரந்துபட்ட வாசிப்பு அற்றவர்களின் மதிப்பீடுகள் தவறான சித்தரிப்புகளையே உருவாக்கும். இத் தவறின் சுழலுள் சிக்கிக் கொள்ளாது தொடர்ந்து செயல்படுதலே விடுதலை உணர்வைத் தரும்."

படுக்கையின் அருகில், மேசையின் மீதோ அமர்ந்திருக்கும் சோர்வு எக் கணத்தில் வேண்டுமானாலும் நம்மைக் கவ்விக் கொள்ளத் தயாராக இருக்கும். அது சிருஷ்டிக்கும் காரணகாரியங்களுக்கு நம்மை ஒப்புக் கொடுக்காமல், விலகி எதிர்கொள்ளும் தனித்துவமே வாழ்தலின் முழுமை. இம் முழுமையை எப்படிக் கைகொள்ளுதல் என்பதை அல்லது எதையெல்லாம் விலக்கி வைக்க வேண்டும் என்பதைத் தபசியின் கவிதைகள் உணர்த்துகின்றன.

நம்முடன் வாழ்ந்துகொண்டிருக்கும் சக மனுசர்/மனுசிகளின் பல்வேறுபட்ட மனபோக்குகளைச் சித்தரிக்கின்றன கவிதைகள். இதுவெல்லாம் நமக்குத் தேவையில்லையென சட்டென முடிவுகொண்டு அடுத்த கட்ட நகர்விற்குச் செல்ல வைக்கவும் இவரின் கவிதைகள் துணைபுரிகின்றன. தொட்டதெற்கெல்லாம் புகார்கள், சலிப்புகள், எரிச்சல்கள், அவநம்பிக்கைகள், இயலாமைகள் என வாழ்ந்துகொண்டிருப்போரின் மனபோக்குகளைக் கவிதைகளைக் காட்சிகளாகக் கொண்ட ஆல்பமாக "எல்லோரும் ஜடேஜாவாக மாறுங்கள்", "ஜான் கீட்ஸ் ஆதவனைச் சந்தித்ததில்லை" தொகுப்புகள் உள்ளன.

இவ்விரு தொகுப்புகளிலும் சமகாலப் புழங்கு மொழி பிரதானமாக வெளிப்பட்டிருப்பதால் கவிதைகளை நெருக்கமாக உணரமுடிகிறது. மிக எளிய சொற்களால் மிக எளிய விசயங்களைப் பெரும் வீச்சோடு சொல்ல வைத்திருக்கிறது கவிதைச் சுதந்திரம். எத்தகைய புது முயற்சிகளைக் கவிதைகளில் மேற்கொண்டாலும் உணர்வைக் கடத்துதல் சிதைவுறாது

இருக்க வேண்டும். அவ்விதத்தில் தபசியின் கவிதை முயற்சிகள் வெற்றி கொண்டுள்ளதைத் தொகுப்புகளில் காண முடிகிறது.

பற்றுக

எல்லா கற்பனைகளும் உங்களுக்குச் சுகமளிக்கின்றன
பின்னிப் பின்னி பேசுகிறீர்கள்.
ரசம் சொட்டச் சொட்டப் பாடுகிறீர்கள்.
பெண்களை ஆஹா ஓஹோ என்கிறீர்கள்.
காதலை சிலாகிக்கிறீர்கள்.
காமத்துக்குச் சாயம் பூசுகிறீர்கள்.
என்னிடம் ஒரு கற்பனையும் இல்லை.
பழுக்கக் காய்ச்சிய இரும்புத் துண்டாக
யதார்த்தம் என் கையில்.
பல்லைக் கடித்துக் கொண்டு
இறுகப் பற்றிக் கொள்கிறேன்.

இவ்விரு தொகுப்புகளுக்குமான மையம் இக்கவிதை எனச் சொல்லலாம். கார்ப்ரேட்டுகள் தங்களின் உற்பத்தி பொருள்களை வியாபாரமாக்கத் 'தினங்கள்' கொண்டாடப்படுவது, அரசின் மூடத்தனமான திட்டங்களால் எதிர்கொள்ள இயலாத மக்களின் அவதி என சாமானியர்களின் அன்றாடச் சிக்கல்களைத் தன் கவிதைக்கான பாடுபொருளாக மாற்றம் கொள்ளச் செய்வதில் கவிஞரின் திறன் வெளிப்படுகிறது.

பெரும்பாலானவர்களின் அன்றாடங்களின் வாழ்வில் தவிர்க்க இயலாது போன சமூக ஊடகங்களின் கருத்துக் கூறல், அதற்கான குறியீட்டுப் பதில்கள், அதனால் உருவெடுக்கும் மனப்போக்குகளைக் கவிதைகளில் வெளிப்படுத்தியிருப்பது நன்று.

உபகாரம்

'உன் நிலம் பற்றி எழுது' என்கிறீர்கள்
என் நிலம் பற்றி எழுத என்ன உள்ளது?
பாளம் பாளமாய்

வெடித்துக் கிடக்கிறது.
யாரேனும் ஒரு குவளை நீர் ஊற்றுங்கள்.
ஏதேனும் முளை விடலாம்.

எதையாவது செய்யச் சொல்லி ஏராளமான கருத்துக் குவியல்கள் நம்மை மூழ்கடித்தபடியே உள்ளன. ஆனால் செயலாற்ற யாரும் இல்லை. செயல்பாடே மாற்றங்களை உருவாக்கும். தபசி இப்படியாக நறுக்குத் தெறித்தாற்போல் சொல்லிச் செல்கிறார்.

நாம் பார்க்கும், கேள்விப்படும், சமூக நிகழ்வுகள் பெரும்பாலானவற்றைக் கவிதைகளாக மாற்றம் கொள்ளச் செய்திருக்கிறார் தபசி. கவிதைகளில் உரைநடைத் தன்மை மேலோங்கி இருப்பினும் கவிதை உணர்வை வெளிப்படுத்தத் தவறாதிருப்பதால் சலிப்பற்று வாசிப்பைத் தொடர முடிகிறது.

நாம் பெரும்பாலும் எதிர்கொள்ள நேரிடும் புறக்கணிப்புகளை எளிதாகக் கடந்து வர இவரின் கவிதைகள் நம்பிக்கையூட்டும். இலக்கிய உலகில் மிகச் சாதாரணமாக நிகழ்ந்தபடி இருக்கும் கோஷ்டி சேர்ப்பு, சாதி சேர்ப்பு, கருத்துச் சேர்ப்பு, கட்சி சேர்ப்பு என கூட்டமாகி, கூட்டத்துக்குள் இருப்போரைக் கொண்டாடும் போக்கின் அபத்தத்தையும் கவிதையாக்கி இருக்கிறார்.

‘சர்ப்ப நதி’ என லா.ச.ரா குறித்த நீண்ட கவிதைக் குறிப்புகள் இவரின் வாசிப்பின் ஆழத்தை, சிந்தனைப் போக்கை உணர்த்துகின்றன.

தபசியின் நெடுநாள் பயணிப்பு, தொடர் எழுத்துச் செயல்பாடு, முடங்கிப்போகாத மனப்போக்கு எல்லவற்றையும் சுய பகடியோடு கடந்துபோதல் தனி மனிதர்களுக்கு எவ்வளவு பலமானது என்பதைக் கவிதைகள் உணர்த்துகின்றன. வாசித்துக் கொண்டிருக்கையில் சட்டென எதேனும் ஒரு கவிதை வண்ணத்துப் பூச்சியாகப் பறந்து நம்மைத் தொடரச் செய்யும் தன்மை தொகுப்புகளில் இருப்பதால் தபசி கவிதைகளை நம்பிக்கையோடு வாசிக்கலாம்.

- இந்து தமிழ்திசை

வாழ்வின் தடயங்கள்

சூர்யநிலா வாசிப்பு மற்றும் எழுத்துச் செயல்பாட்டில் நீண்டகாலமாக இருப்பதால் அவருக்கான தேர்ந்தெடுப்பும், சொல்லிச் செல்வதில் லாவகமான மொழியையும் கைக்கொண்டுள்ளார். இவரின் கவிதைகள் மதிய நேரத்து ஆற்றின் நீரோட்டத் தன்மை கொண்டவை. மெனக்கிடலும், குழப்பத்தையும் ஏற்படுத்தாது தொடக்ககால வாசகர்களுக்கும் எளிதில் கவிதைகளோடு புழங்கச் செய்யும் தன்மை கொண்டது. இதுதான் சரியானது, இப்படித்தான் எல்லாரும் எழுத வேண்டுமெனச் சொல்வது எனப் புரிந்துகொள்ளத் தேவையில்லை. கவிதை பெரும் வனம். அங்கு எல்லாவித மரங்களும் இருக்கத்தான் செய்யும். இருப்பதுதான் நியதியும் கூட. அவரவர்களின் தேர்வில் எப்படிச் செயல்பட்டுக் கொண்டிருக்கிறார்கள் என்பதே நாம் கவனம் கொள்ளவேண்டியது.

'மோகித்தல் நன்று' எனும் இத் தொகுப்பு கூட்டுத் தொகுப்பு. என் மெல்லிய தொடுகையில், சில்லுகள், இன்னும் நிகழ்கிறது உனக்கான காத்திருப்பு, அங்கு நீயும் இங்கு நானும் என நான்கு தொகுப்பிலிருந்து தேர்ந்தெடுக்கப்பட்ட கவிதைகளை கொண்டது. தேவையற்ற சொற்களை வழித்துவிட்டு ஒருவித கச்சிதத் தன்மையையோடு வந்துள்ளது.

"சிருஷ்டி நியதியில் எனக்கு நான் யார் என்று தெரியாது என்பதனால்

என் உருவம் எனக்குப் புலப்பட என் உலகம் எது என்று கண்டு பிடிக்க எழுத்தை நாடுகிறேன்."

நகுலனின் இக் கூற்றோடு தொகுப்பு தொடங்கப்பட்டிருப்பது பொருத்தம். வாசகனுக்கும் படைப்பாளிக்குமான பிணைப்பை உருவாக்கக் கூடியதாக உள்ளது.

கொண்டாட்டச் சித்திரங்களைத் தீட்டியபடி வந்து நீர் ஊற்றிக் கலங்கலாக்குவதைப் போன்று முடிக்கப்பட்டிருக்கும் 'பண்டிகை' கவிதை அம்மா குறித்த கவிதை. நாம் மட்டுமல்ல, மொழியும் அம்மா என்றால் கசிந்திடும் போல என நினைக்கச் செய்திடுகிறது.

தனி மனிதனிடையே உருக்கொள்ளும் பிரச்சினைகள், குணங்கள், இயல்புகள், கெட்ட வார்த்தைகள் மீதான அசூசை. நுகர்வுப் பழக்கம், இவற்றால் உருவாகும் சிக்கல்களைப் பாடுபொருளான கவிதைகளைக் கொண்டதாக உள்ளது 'என் மெல்லிய தொடுகையில்'

சேலத்தில் நான் ஐ.டி.ஐ படிக்கும்போது தங்கியிருந்த அறையின் அருகில் இருந்த பாட்டி சுருட்டு குடிப்பதைப் பார்த்து அதிர்ந்தேன். அதிர்ச்சி கொள்ள வேண்டிய வயதுதான். அந்தப் பாட்டியே புண்டவாயன்களே எங்க போனீங்க எனத் திட்டிய போதும் அதிர்ந்தேன். பண்பாடு சார்ந்த அதிர்ச்சியாகவும் பார்க்கலாம். சேலம் பகுதியில் வயதான பெண்கள் சுருட்டு குடிப்பது இயல்பான ஒன்றாக உள்ளது. இன்று அப்படியான பாட்டியைப் பார்த்தால் அவ்வளவு ரசித்திருப்பேன். அப்பாட்டியை நினைவில் ரசிக்கச் செய்தது சூர்யநிலாவின் 'சுருட்டு' கவிதை.

வாழ்ந்து கெட்ட ஒரு மனிதனின் கதையைக் கூறும் 'மேட்டுத் தெருவும்... கிட்டாமுஸ்தபா தெருவும்' கவிதையைப் போன்றே 'வசிஷ்ட நதி' கவிதையும். ஓடிக்கொண்டிருந்த நதியைக் குட்டையாகத் தேங்கிய நதி காட்சிப்படுத்திக்கொண்டே இருக்கும். ஓடுதலும் தேங்கிப் போதலும் மனித வாழ்வுக்குமானதாக இருப்பதால் மனிதனுக்கும், நதிக்குமான பிணைப்பு என்றைக்கும் அறுந்து போகாதது. வசிஷ்ட நதி கவிதையும் நதி பார்க்கையில் நம் நினைவிலோடும்.

எப்பொழுதாவது நிகழ்வதில் மயங்கிக் கிடத்தலும் ஒன்று. அவ்வளவு எளிதானதும் அல்ல. மயங்கச் செய்தலில் காதலும், காமமும் முக்கியப் பங்கு வகிக்கும். அவரவருக்கான அனுபவங்கள் வெவ்வாறாகவே இருக்கும். கவிதைகள் பொதுமைப்படுத்தச் செய்யும்.

இனி

முகச் சுருக்கங்களை நிரண்டியபடியே

அசை போடுவதற்காகவேனும்

மோகித்தல் நன்று.

என முடிவுறும் ‘மோகித்தல் நன்று’ கவிதை மூப்பிற்குப் பின்னான வாழ்தலைக் காட்டுகிறது.

அனுபவங்களைத் தேடிப் பயணிக்க வாய்க்காதவர்கள் இருப்பின் நிகழ்வுகளைக் கவிதைக்கான கச்சாவாக்குவது இயல்புதானே. வீடுகளுக்குச் சுண்ணாம்பு அடித்தலில், ஆடை மாற்ற அறை மாறுதல், பல்லியின் மீதான பரிவு என பரிச்சயமிக்கவற்றைக் கவிதைகளில் காண்கையில் மகிழ்ச்சியாகவே. அதுவும் ‘ஒன் ருப்பி காய்ன்ஸ்’ கவிதை அபாரம்.

நானும் தேங்காய்ச் சில்லுகள் பொறுக்கித் தின்றவன். அது ஓர் அலாதி இன்பம். பொட்டுக் கடலையும் அச்சு வெல்லத்தோடும் தின்பது உலக ருசி. தமுஎகச நிகழ்விற்காக வெள்ளிக்கிழமைகளில் போஸ்டர் ஒட்டச் செல்லும்போது கடைகள் முன்னால் கிடக்கும் சில்லுகளைப் பொறுக்கித் தின்ற நாட்களைக் கொண்டு வந்தது ‘சில்லுகள்’ கவிதை. பசியை உணர்ந்த காலங்களைக் கவிதைகள்தாமே தன் கருவில் சுமந்திருக்கும்.

சொந்த வாழ்வின் அனுபவங்களும், திணை உணர்வும் நிரம்பிய தொகுப்பாக இருக்கிறது ‘இன்றும் நிகழ்கிறது உனக்கான காத்திருப்பு’.

இரண்டு வீடு, மூன்று வீடு அப்பாக்களைப் பார்த்திருக்கிறோம். ஒரே வீட்டில் இரண்டு அம்மாக்கள் இருப்பதையும். சமூகத்தில் ஒழுங்கென்பது பெண்களுக்கானது மட்டும்தானே.

“அம்மாவை அவ்வப்போது

கேட்பேன்

“ஏனம்மா அப்பாவிற்கு

இரண்டு வீடென்று...”

"உடைந்து போய் அழுவாளேயன்றி
ஒரு நாளும் சொன்னாளில்லை"

அன்றைய சூழல் கண்ணீர் வடித்து ஏற்று வாழ்வதை இயல்பாக்கி இருந்ததைக் கூறுகிறது 'அப்பா வீடு' கவிதை.

இந்தத் தேசம் எங்களுடையது இல்லையா எனும் அச்சத்தை உருவாக்கிக் கொண்டிருக்கும் இந்துத்துவா அரசாளும் இச்சூழலில் மக்களின் மாண்பைக் காட்டும் கவிதையாக உள்ளது 'பீடி' கவிதை. பாய் அத்தை வீட்டிற்கு விளையாட போறேன், பாய் மாமா கடையில் வாங்கி வா என மதபேதமற்று உறவுகளாக வாழ்ந்துகொண்டிருக்கும் சமூகம் இது என்பதை உணர்த்துகின்ற கவிதை.

கதீஜா பீவி மவுத்தாகி ஒரு வருடம்
'வருட கத்தம் பாத்தியா' ஓதுதலுக்காக
ஆசைப்பட்டதெல்லாம் இலையில் வைத்தார்கள்
நான் திவான் பீடிகளை வாங்கி வந்து
இலையில் பரப்பினேன்
பாவாஜி ஓடி வந்தென்னைக்
கட்டிக் கொண்டார் கதறியபடி
பீடியின் மணம் அறையெங்கும்
பரவத் தொடங்கியது.'

உணர்வுகளால் பிணைந்து வாழ்கிறோம். அரசியலுக்காகப் பிரித்தாளுவது அவ்வளவு எளிதல்ல.

'மீட்பர்' கவிதை வறியவர்களின் வாழ்வைப் புரிந்தவர்கள் மட்டுமே எழுத முடியும். குழந்தைத் தொழிலாளி முறை நமக்கும் ஏற்புடையதல்ல. அவர்களின் வாழ்வாதாரத்திற்கான சூழலை ஏற்படுத்தாமல், வெறுமனே மீட்டு வந்திடுவதில் எவ்வித மாற்றமும் ஏற்படுத்தப்போவதில்லை என்பதை உணர்த்துகிறது.

சாலை விரிவாக்கத்திற்கு யாரும் காப்பாற்ற வழியற்று நிற்கும் அய்யனார், பாதிப்புக்குட்பட்ட மக்களின் குறியீடாகவும்

இருப்பதை உணர்த்துவது, மண் சார்ந்த அடையாளங்கள் இல்லாது வளரும் குழந்தைகளைக் கண்டு ஏங்குவது, சைக்கிள் ஓட்டுவதன் அழகைக் காட்சிப்படுத்தல், 'நம் மண்ணின் வேர்கள்/ களையப்பட்டு/ பதப்படுத்தப்படுகின்றன/ அந்நியக் குளிர் மையங்களில் என அழிந்து கொண்டிருக்கும் விவசாயத்திற்காகக் கவலைகொள்ளுதல் என கவிதைகள் சமூக அக்கறையோடும் உள்ளன.

'அங்கு நீயும் இங்கு நானும்' தொகுப்பில் சூர்யநிலா கல்லூரி மாணவராக வாழ்ந்திருக்கிறார். தொகுப்பு முழுமையும் காதல் மனதோடு வெடித்துச் சிதறிய பருத்தியாக மிதந்தலைகிறார்.

ஒரு தொகுப்புக்கும் மற்றொரு தொகுப்பிற்குமான நகர்வு ஒற்றைத்தன்மையில் இல்லாது வெவ்வேறான முயற்சிகள் நிகழ்த்தப்பட வேண்டும். சமீபத்தில் வந்த நீர்க்காகம் பெரும் நகர்வு. தொடர்ந்து தன்னைப் புதுப்பித்துத் தன் மொழிச் செயல்பாட்டில் இன்னும் காத்திரமான படைப்புகளைத் தருவார் எனும் நம்பிக்கையை ஏற்படுத்துகிறது மோகித்தல் நன்று.

- அம்ருதா

அன்றாடங்களின் கவிக்கூடு

தன் அன்றாட அனுபவங்களை மொழியின் நுட்பத்தோடு பிணைத்து நம்முள் இருக்கும் கித்தானில் ஓவியமாக்கி விடுகின்றன எம்.டி.முத்துக்குமாரசாமியின் 'ஒரு படிமம் வெல்லும் ஒரு படிமம் கொல்லும்' தொகுப்பின் கவிதைகள். கண்ணிமையின் அசைவுகள், மருள்த் தோற்றங்கள், நீ நான் நிலம், பித்து பிறை பிதா, கர்மவினை, புத்துயிர்ப்பு, சிதறல்கள் குறுங் கவிதைகள், நகரம் என எட்டுப் பகுதிகளை உள்ளடக்கிய தொகுப்பாக வந்துள்ளது. ஒவ்வொரு பகுதிக் கவிதைகளும் தமக்கேயான பிரத்யேகத்தன்மையைக் கொண்டிருப்பது சிறப்பு.

நிகழும் சம்பவங்களை எம்.டி.எம் கவிதையாக உருமாற்றுவதன் அழகு நம்மை வசீகரிக்கிறது. இதிலெல்லாம் கவிதைகள் உள்ளதாவென வியப்பூட்டவும் செய்கின்றன. எழுதிப் பார்த்தலின் மூலம் வெளிப்படும் மனச்சித்திரம் கட்டமைப்போடும், சிதறியும் உருவாகிக் கொண்டும் இருக்கிறது. மேகத்தின் துண்டு போல அலைவுற்றபடியும், வாழ்வின் பூரணத்தன்மையுடனும் கவிதைகள் இருக்கின்றன.

தன்னை அழித்துக்கொண்டவனால்தான் தன்னை அறிந்துகொள்ள முடியும். 'தன்'னோடு இருக்கையில் பிரகாசிப்பவன், 'தன்'னற்று இருக்க தீபச் சுடராக இருக்கிறான். மாயாத் தீச்சுடருக்காகத் தியானிக்கும் எரிந்த திரியாகவும் இருக்கவேண்டி இருக்கிறது.

எதுவொன்றையும் கண்டு அதனுள் உணர்ந்து வாழ அதற்கான மனப்போக்கு அவசியம் என்பதை உணர்த்தும் கவிதைகளைக் கொண்டு நம்மை வசீகரிக்கிறது. தொகுப்பின் முதல் பகுதியாக இருக்கும் 'கண்ணிமையின் அசைவுகள்'.

பார்ப்பது எல்லாம் வாழ்வது என்றாகிவிடாது. ஆற்றைப் பார்ப்பதற்கும், ஆற்றோடு வாழ்வதற்குமான அனுபவம் அவரவர்களுக்கானது. தான் வாழ்ந்த ஒன்றை, அதிலிருக்கும் ஒளிர்வுகளை மெல்ல நம்முள் இறக்கி வைத்தபடியே செல்வது அசாத்தியமிக்கதோர் கலை. அக்கலை எம்.டி.எம்மிற்கு லாவகமாகக் கைகூடியுள்ளது. பொருநை நதியோடு நம்மையும் பயணிக்கச் செய்திடுகிறார். பொருநைக்கான துயர்கள் நமக்கானவையாக மாற்றம்கொள்ளச் செய்கிறார். நம்முள்ளும் இனி பொருநை ஓடிக்கொண்டே இருக்கச் செய்கின்றன கவிதைகள்.

'நீ நான் நிலம்' பகுதியின் கவிதைகள் இழப்பின் நினைவுகளில் நம்மை சுழன்றாடச் செய்கின்றன. பித்தேற்றும் காதலை நம்முள் காட்சிப்படுத்துதல், 'கையில் கிடைத்த கனியும்' / 'மரத்தில் தேங்கிய காயும்' நமக்கு கிடைத்த தரிசிப்புகளைக் காட்சிப்படுத்துகின்றன.

குரல் எனும் மாயக்கிணறு நம்மை உள் இழுத்தபடியே இருக்கும். திருச்செந்தூர் கவிதையில் வரும் குறத்தியின் மஞ்சள் பூசிய முகம் சொல்லும் சேதி நமக்கானதாகவும் இருக்கிறது. தலைமேல் விழும் தளிர் ஒன்றின் ஆசி எளிதில் கிட்டுவதில்லை. வனம் நம்மால் அழிக்கப்பட்டுக் கொண்டே இருக்கிறது. வெட்டப்பட்ட மரங்கள் பயன்கொள்ளும் பொருள்களாக மாறி அதன் ஒளிர்வைத் தன்னுள் வைத்துக்கொண்டே இருப்பதை 'வனநினைவு' கவிதை சுட்டுகிறது. இதன் நீட்சியாக இருக்கிறது 'முகத்தை துடைத்துக் கொள்' கவிதை.

'காலம் இனியொரு நிலமற்ற கடைத்தெரு' எனும் வரிகள் நம்மை இம்சிக்கவே செய்கின்றன. அழிவும் உருவாக்கமும் இயல்புதான். எதை அழித்து எதை உருவாக்குகிறோம் என்பதையும் கணக்கில்கொள்ள வேண்டியிருக்கிறது. எவ்வித சிரமத்திற்குள்ளும் யோசிப்புகளை உட்படுத்தாது மாற்று குறித்த சிந்தனையை உருவாக்காததுதான் நீர் நிலம் வனம் சுருங்கிக்கொண்டே இருக்கும் சூழல் நம்மைக் கொன்று அழிக்கும்.

அப்பாக்களுக்கும் மகன்களுக்குமான பிணைப்பு கொஞ்சகாலம் மட்டுமே. குறிப்பிட்ட காலத்திற்குப் பின் ஒருவித விலகல்

வந்துவிடுவது இயல்பாகிவிடுகிறது. கேள்விக்கான பதில், பதிலுக்கான கேள்வி என்று உரையாடல் நேரம் மிளகாகி விடுகிறது. அப்பாக்களின் இறப்பிற்குப் பின் அவர்களுடனான உரையாடல் நினைவில் சங்கிலியாகக் கோர்த்துக்கொண்டே இருக்கும். அப்பாக்களிடையே இருந்த புதிர்கள் நம்முன் காட்சிகொள்ள பெரும் வியப்பாக உருக்கொள்ளும். அவர்கள் பயன்படுத்தியவை அவர்களாகவே நடமாடும் உணர்வை உருவாக்கும். இவ்வனுபவங்களை உணர்வுபூர்வமாகக் கொண்டுள்ளன 'பித்து பிறை பிதா' பகுதியிலிருக்கும் கவிதைகள்.

“ஆறுகளில் காலடி எடுத்து வைப்பவர்கள் மீது வெவ்வேறு மற்றும் எப்போதும் வேறுபட்ட நீர் கீழே பாய்கிறது எனும் ஹெராக்லிட்டஸ் கூற்று நமக்கும் தெரிந்ததுதான்” எனக்கூறி ஆற்றுக்கும் ஆடிப்பெருக்குக்குமான முடிச்சைக் காட்சிப்படுத்துதலில் நாமும் நம் நினைவுகளில் தேங்கிக் கிடக்கும் ஆடிப்பெருக்கில் வாழச்செய்கின்றன கவிதைகள்.

மொழிக் கடலில் கவிதைகளைக் கைப்பிடி உப்பாகக் கரைத்து கர்மவினையாற்றியபோதும் சமயங்களில் கரையொதுங்கி வேடிக்கை பார்ப்பவர்களாகவும் இருப்பதை நினைவுபடுத்துகின்றன 'கர்மவினை' பகுதிக் கவிதைகள்.

உலகம் அதனதன் போக்கில் இருந்து கொண்டிருக்கையில் நம்முள் துளிர்க்கும் கேள்விகள், வலிகள், மாற்றங்கள், மனம் சமாதானம் கொள்ள நாமே உருவாக்க வைத்துக்கொள்ளும் தத்துவங்கள், பழைய சுவர் கடிகாரமாகச் சோர்வுற்ற மனதிற்குச் சாவி கொடுப்பது போல் நம் வாழ்விலிருந்து நம்மை உயிர்த்தெழச் செய்யும் காரணிகள் உருவாகத்தானே செய்கின்றன என்பதைப் 'புத்துயிர்ப்பு'ப் பகுதிக் கவிதைகள் காட்சிப்படுத்துகின்றன.

'அகிம்சையின் உருவே ஆன நீ' கவிதை நாம் அன்றாடம் எதிர்கொள்ளும் நம் போலிமை முகமூடியை கிழித்துக் கொண்டே இருக்கிறது.

ஒற்றைப் பொருளை மட்டும் சுமந்துகொண்டு இராது, வாசிக்கும் போதெல்லாம் வெவ்வேறாக தம்மைப்

புதுப்பித்துக்கொண்டே இருக்கின்றன குறுங்கவிதைகள்.

நம் இயலாமையை அப்படியே வைத்திருந்தால் அது பெரும் விலங்காகி விழுங்கிவிடக் கூடும். ஏதோவொன்றில் அதைக் கடத்திக் கடந்து விடுகிறோம்.

இறப்பின் ஊர்வலத்தில் ஒவ்வொருவர்க்குள்ளும் இறந்தவர்கள் குறித்த நினைவு இருந்து கொண்டே இருப்பதைக் கூறும்

பாடைக்கு வீசிய பூவிதழ்களின்
சாலைச் செவ்வந்தி மஞ்சள்
நடுவே தனித்துக் கிடக்கும்
வாடாமல்லி

எனக் கவிதையில் வரும் வாடாமல்லி, நபர்கள் குறித்து நம்முள் படிந்து கிடக்கும் நினைவின் துளியாகவும் பார்க்க முடிகிறது.

குறுங்கவிதைகளின் சிதறல்கள் நம்முள் ஒளித் துண்டுகளை உருவாக்கிச் செல்கின்றன.

நம்முள் கிடக்கும் மேகங்கள், வேட்கையின் பரிணாமங்கள், ஒன்றை உள் வாங்குதலின் ரகசியம், அன்றாடங்கள் கவிதைகளுக்குள் உலாவுதல், தெருவோரத் தீர்க்கதரிசிகளை அடையாளப்படுத்தல், ஏரி ஏரியற்றுப் போவதன் துயரிலிருந்து விடுதலையை அடையாது சிக்குண்டு கிடத்தல், வீடியோ பார்த்துச் சமைத்துக் கொண்டு கார்ப்ரேட்டுகளைக் கொழுக்கச் செய்யும் ஸ்கூட்டிப் பெண்கள், ரப்பர் முலைக்காம்புகளை இன்னமும் சப்பிக் கொண்டிருக்கச் செய்யும் பழக்கப்படுத்தப்பட்ட வாழ்வு என இளைப்பாறவும், எதிர்கொள்ளவும் கண்முன் நீண்டு கிடக்கும் வாழ்வின் நிறங்களை எம்.டி.எம் நமக்காக மாற்றம்கொள்ள வைத்திடுகிறார்.

சக மனிதர்கள் எல்லாக் காலத்திற்கும் நம்பத் தகுந்தவர்கள் இல்லை. நம் பலவீனங்களை அறிந்தவர்கள் எக் கணத்திலும் நம்மைக் கேலி படுத்தக் கூடும். இதை அறிந்தவர்கள் தங்களின் சுக துக்கங்களை நம்பிக்கையோடு மரங்களிடையே பகிர்ந்துகொண்டிருப்பதைக் கண்டதுண்டு. அந்நாட்களின் நினைவில் இருக்கச் செய்கின்றன கவிதைகள்.

இன்று நெகிழித்தாள் சாப்பாட்டு இலையான காலம். வாழை இலை, தையல் இலை எல்லாம் கனவுக்கும், கவிதைக்குமான கருப்பொருளாக மாறிப்போய்விடும் போலும். ‘தையல் இலை’ கவிதை அத்தனை நெருக்கமானதாக இருந்தது.

மரத்தின் அடியில் கட்டப்பட்டிருக்கும் திட்டில் நிறைய்ய பேர் அமர்ந்திருப்பர். மரம் உதிர்க்கும் இலைகள் எல்லார் மீதும் பட்டுச் செல்லும். யாரோ ஒருவர் தொடுவது போன்றும், தன் காதலின் ஸ்பரிசம் போலும், நதியில் மிதப்பது போன்றும், சிட்டுக் குருவியொன்று தோள் அமர்ந்தது போன்றும் ஒவ்வொருவருக்கும் வெவ்வேறான உணர்வுகளை உருவாக்கிவிடுகிறது. ‘நகரம்’ பகுதியின் கவிதைகளை இப்படியாகப் பார்க்கலாம். அன்றாடத்தின் நிகழ்வுகள் ஒன்றுபோல் சுழற்சியாக இருந்தபோதும், வாழ்ந்து கொண்டிருக்கும் ஒவ்வொருவருக்கும் வேறானதாகவே இருக்கும். ‘நகரம்’ கவிதைகள் அனுபவங்களின் மொக்கு வாசகர்கள் தேவைக்கேற்ப மலர்த்திக் கொள்ளலாம்.

சிற்பிகள் தாம் தேர்வு செய்த கல்லில் வடிவமைக்கப்பட்ட சிலையின் கண் திறப்பிற்கு ஒப்பானது கவிதைகளுக்கு தலைப்பு வைப்பதும். சிலர் கவிதையின் அச்சைத் தலைப்பில் வைப்பர், சமயங்களில் கவிதையைத் திறக்கும் சாவியாகவும் தலைப்பு இருக்கும். ஒவ்வோருவருக்கும் ஒவ்வொருவிதமான அணுகுமுறை உண்டு. இத்தொகுப்பில் எம்.டி.எம் கவிதையின் தொடக்க வரியைத் தலைப்பாக வைத்துள்ளார். சரி, தவறெனச் சொல்லத் தெரியவில்லை. ஏதாவது காரணம் இருக்கக் கூடும்.

- தமிழ்வெளி

கவித்துவமான சாத்தியங்கள்

“இயற்கை கவிதைமயம். உறவுகள் கவிதைமயம். இந்தக் கவிதைமயத்தை ஸ்வீகரிப்பவர்கள் களிப்பூட்டக்கூடிய கவிதை அனுபவத்தை அடைகிறார்கள். எல்லா அனுபவங்களும் கவித்துவத்தில்தான் சங்கமிக்கின்றன. இயற்கை, காதல், நேசம், நட்பு எல்லாவற்றிலும் கவிதை இருக்கிறது”. – யூமா வாசுகி

எல்லாருக்கும் இப்படித்தான் தோன்றும். ஒன்பது வயதுப் பையனுக்கு இது சாத்தியமாவென. சாத்தியம்தான். குழந்தைமை மன நிலையைத் தக்கவைத்துள்ளவர்கள் இதை உணர்வர். என் குட்டிமீன்கள் நெளிந்தோடும் நீலவானம் தொகுப்பிலிருக்கும் கவிதைகள் அனைத்தும் குழந்தைகளோடு உரையாடியபோது கிடைத்த அனுபவத்தை வைத்து எழுதப்பட்டவை. எனவே மகிழ் ஆதனின் ‘நான்தான் உலகத்தை வரைந்தேன்’ தொகுப்பு என்னை ரொம்பவுமே வசீகரித்தது.

சிறார்கள் சிலந்தியாக மாற்றம் கொண்டு மொழியால் வலை பின்னிக்கொண்டிருப்பார்கள். நாம் பூச்சிகளாக உருமாற்றம்கொண்டு அதில் சிக்கிக் கொள்வோம். சூழலின் துயரமோ விளக்குமாற்றைக் கொண்டு வலையைச் சுத்தம் என்ற பெயரில் அழிப்பவர்களே அதிகம். சொற்பமானவர்களே வலையில் பூச்சியாகச் சிக்கிக்கொள்கிறார்கள்.

நாம் யாராலோ வரைஞ்சு அனுப்பப்பட்டவர்கள் எனச் சொல்லும் மகிழன் ஏசப்பாவும் வரைஞ்சு அனுப்பப்பட்டவர் என்கிறார். நிஜமான ஏசப்பா இன்னும் சிலுவையில் மட்டுமே இருக்கிறார் எனும் உண்மை சிறார்கள் அறிந்த ரகசியம்.

மழை ஒரு பூமி
ரவுண்டு பூமி

எனும் இக்கவியில் மழையை மழைத்துளி எனக் கொண்டால் துளியில் இருக்கும் ரவுண்ட் நம்மை வசீகரிக்கும். ஒவ்வொரு துளியும் ஒவ்வொரு பூமி. மழைப் பூமி மண் பூமியைக் குளிரச் செய்யும். இரண்டு வரிகள் தாம். நம்மை வேறு தளத்தில் சிந்திக்கச் செய்திடுகிறார் மகிழ் ஆதன்.

நம் வாழ்வு சிறைப்பட்டது. என்ன! சிறையின் நீளம் அதிகம். இந்த நீளமே நம்மைச் சுதந்திரமானவர்களாக நம்ப வைக்கிறது.

பறவை நம்ம உயிர்
உயிர் நம்ம மனசு
மனசு நம்ம ஊரு

எனும் கவிதை நமக்குள் இருக்கும் விடுதலை உணர்வை எட்டிப்பார்க்கச் செய்கிறது. ஞாயிறு மற்றும் விடுப்பு நாட்களில் நம் மனம் பறவையாவதையும் காட்சிப்படுத்துகிறது கவிதை. “என் பட்டத்திலே” எனத் தொடங்கும் கவிதையும் விடுதலை உணர்வையும், காற்றுக்கும் நமக்குமான காதலையும் காட்சிப்படுத்துகிறது.

என் வெயில், என் முகம், என் நினைவு, என் குருவி, என் மஞ்சள் வெளிச்சம், என் போர்வை, என் புல்லாங்குழல், என் சட்டை எனப் பிடிக்கும் எல்லாவற்றையும் தனக்கானதாகக் கொள்ளும் விசாலமான மனம் சிறார்களுடையது என்பதைப் பிரதிபலித்துக்கொண்டே இருக்கும் சொற்கள் தொகுப்பில் நிறைய்யவே.

ஆதி வண்டொன்று ஆதி மூங்கிலொன்றைத் துளையிடக் காற்று இசையானது. உலகம் புல்லாங்குழலைப் பிறப்பித்தது. நாமே புல்லாங்குழலாகி நம்மை இசையால் கரைத்துக்கொள்ளும் தருணம் அலாதியானது. அது எல்லாருக்கும் ஏதோவொரு சூழலில் அமையும். அது சிறார்களுக்கும் கிட்டும் என்பதற்குச் சாட்சியாக நிற்கிறது இக்கவிதை.

என் புல்லாங்குழல்
புல்லரிக்கும் புல்லாங்குழல்

மனசுக்குள்ளே போய்ப் பாட்டுப் பாடும்

புல்லாங்குழல்

என் காத்துலே

பூக்கும் புல்லாங்குழல்

உன் நெஞ்சில்

பாடும் புல்லாங்குழல்.

சொட்டுத் தண்ணீரில் மனசைத் தெரிந்து கொள்பவனால் சாத்தியம்தான் அவனிடம் இருக்கும் ஏணியால் மழையிலே ஏற முடியும். இப்படியோர் ஏணியை எதன்பொருட்டோ வளர வளரத் தொலைத்துவிடுகிறோம். சிறார் பருவத்தில் நம்மிடமும் அந்த ஏணி இருந்திருக்கும். அதைப் பாதுகாத்து நம்மோடு கொண்டுவரத் தெரியாது போய்விட்டோம். மகிழ் ஆதன் நம்மைப்போன்று தொலைத்திடாது உடன் கொண்டு வருவார் என நம்பிக்கையளிக்கிறது இத்தொகுப்பு.

மகிழ்வின் அடையாளம் முத்தம். சிறார்கள் தங்களுக்கு விரும்பியது கிடைத்துவிட்டால் அவர்களின் மகிழ்வு முத்தமாக வெளிப்படும். வானம் முத்தமாதல், முத்தம் தொங்கிச் சொட்டும் தேன், கண்ணீர் தரும் முத்தம், வெளிச்ச முத்தம், சிறகடிக்கும் முத்தம், கண்முத்தம், பனியாகும் முத்தமென நீளும் மகிழ் ஆதனின் முத்தப்பட்டியல் நம்முள் வியப்பை ஏற்படுத்திக்கொண்டே இருக்கிறது. முத்தம் தொங்கிச் சொட்டும் தேன் என்பதை வாசிக்கையில் நினைவு தித்திப்பாகி உடலை மணக்கச் செய்தபடி இருந்தது.

வரைதல் சிறார்களின் கவசகுண்டலம் எனச் சொல்லலாம். தங்களின் மனப்போக்கைச் சுவரில் வரைவதன் மூலம் வெளிப்படுத்திவிடுவார்கள். அவர்களுக்கு எல்லாவற்றையும் வரையத் தெரியும். சரியா தவறா என்பது குறித்தெல்லாம் அவர்களுக்குக் கவலையில்லை. அந்தக் கணத்தின் ஆனந்தமே அவர்களுக்கு முக்கியம். மகிழ் ஆதனும் தொகுப்பில் வரைதல் குறித்து நிறைய்யக் கவிதைகளைச் சொல்லியுள்ளார்.

என் கண்ணில் இருந்து

கண்ணீர் வழிந்து வரும்

அதைப் பார்த்து
நான் ஓவியம்மாரி வரைவேன்
அது என்னைப் பட்டப்பகல் போல்
வரையும்.

பறந்துபோன ஒளி சூரியனாகத் திரும்புதல், ஒலி இசையாதல், காற்று மழையாகப் பூத்தல், மழை வானமாக மாறுதல், மனதை நட்சத்திரமாகப் பார்த்தல், சூரியனைத் திரியாக மாற்றுதல், பழங்களாகும் மழைச் சொட்டு, தண்ணீரை வீடாகக் கொண்டு வரும் யானை எனச் சூரியனால் வரையப்பட்ட மகிழ் ஆதன் வாசிப்பவர்களைச் சர்க்கஸ் கூடாரத்தில் அமரவைத்து அழகுபார்க்கிறார்.

கவிதை சொல்லிக்கொண்டிருக்கும் மகிழ் ஆதன் கவிதை எழுதுபவராகவும் பரிணாமம் அடைந்து செறிவுமிக்க படைப்புகளை நமக்குத் தருவார் எனும் நம்பிக்கையைத் தருகிறது "நான்தான் உலகத்தை வரைந்தேன்".

- வாசகசாலை

யாதுமாகி நின்ற காளி

இயல்பு நிலைக்குத் திரும்புதலே மனிதர்களின் ஆகப் பெரும் எதிர்பார்ப்பு. இயல்பாக இருத்தலே வாசிப்பிற்கும், எழுதுவதற்குமான காலம். மழையை ரசிக்கும் மனம், தொடர்ந்து பெய்யும் மழையை ரசிப்பதில்லை. வெய்யிலை மனம் தேடத் தொடங்கிவிடும். சிலருக்குக் கவிதையே மழையாகவும், பனியாகவும், வெய்யிலாகவும் இருந்துகொண்டிருக்கிறது.

'சித்து' எனும் முதல் தொகுப்பில் இறகொன்றில் காதைக் குடையும்போது காற்றின் பெருங்குரலைக் கண்டடைந்து கொள்ளும் ஆசை இக் கவிதை மூலம் பறக்கத் தொடங்கிவிடுகிறார்.

ஒரு எளிய கோடு வளைந்து
உருப்பெற்றது ஒரு முட்டை
சட்டென்று கோட்டை அழித்துவிட்டு
அதிலிருந்து பறந்து செல்கிறது
முன்னெப்போதும் பறந்திராத
ஒரு பறவை.

காற்றை உணர்வதும், காற்றில் மிதக்கும் உயிரியாக உருமாற்றம் கொள்ளச் செய்தலும் கவிதைக்கான மொழியை அடையத் தொடங்கியதன் அடையாளமாகிவிடுகிறது. ஆசையின் முதல் தொகுப்பான 'சித்து'வில் அதற்கான தடங்களைக் காண முடிகிறது.

பறவைகள் இவ்வுலகை அழகுபடுத்திக் கொண்டிருக்கின்றன. அதன் இறக்கைகள் அழகோவியம். அதன் குரல்கள் ஸ்வரங்களுக்கு அப்பாற்பட்டவை. நம் வாழ்வில் நிறைய்ய அத்தியாயங்கள் அவற்றுக்கானவை. வளர்ப்புப் பறவை

தொடங்கி வான் மிதக்கும் பறவைகள் வரை நம்மைக் கவர்ந்திழுத்தபடியே இருக்கும். வசீகரம் மிக்க பறவை கொண்டலாத்தி. அதற்கு நியாயம் செய்யும் வகையில் ஆசையின் கொண்டலாத்தி தொகுப்பைக் கண்கவர வடிவமைத்துள்ளனர் க்ரியா பதிப்பகத்தினர். ஆசை பறவைகளின் வாழ்வியலை நெருக்கமாகப் பார்த்துள்ளதை வெளிப்படுத்துவதாக உள்ளது இத்தொகுப்பு. வானத்தைப் பார்த்துக்கொண்டே இருக்க ஏதேனும் ஒரு பறவையோ, பறவைக் கூட்டம் கடந்து நமை மகிழ்விக்கும். ஏதுமற்ற நாளில் மேகம் பறவைக் கூட்டமாகி மிதந்து சென்று நமை ஏமாற்றம் கொள்ளாதிருக்கச் செய்யும். பறவைகள் நம்மை மகிழ்விக்கும் தேவதைகள்.

கொண்டலாத்தியில் எனை மிஞ்சிட முடியாது உங்களின் எழுத்து என கரிச்சான், தேன்சிட்டு, மைனா, தவிட்டுக்குருவி, தையல் சிட்டு போன்ற பறவைகள் நம்மைப் பார்ப்பதாகவே படுகிறது.

கொக்கை ஓரேர் உழவனாக்கி இருப்பது, காற்றைத் தன்னொலியாக்குவதோடு நம் ஒலியாக்கிச் செல்வதைக் காட்சிப்படுத்தியிருப்பதும் ரசிக்கத்தக்கதாக இருந்தது.

கொத்திக் கொத்தி எடுத்தாள் காற்றிலிருந்து/ ஒவ்வொரு ஒலியாய் எனும் மழைக்கொத்தி கவிதை மனம் கொத்திச் செல்கிறது.

வலியதின், பெரியதின் இடம்

கீழே இருக்கிறது;

மெலியதின், மிருதுவின் இடம்

மேலே இருக்கிறது.

- தாவோ தே ஜிங் குறிப்போடு ஆரம்பிக்கும் ‘சிறியதின் இடம்’ கவிதையில் நமக்கான இடத்தையும் தேடச்செய்திடுகிறார் ஆசை.

கிளி

கொத்தும் பழத்தையும் கொடுக்குமென் கரத்தையும்

சித்தம் மயங்கிச் சரியும் – முத்தமிடக்

குனிகையில் எச்சமிடும் கையில் மகிழ்ந்து
பனிபோல் குளிரும் மனது.

கிளிகள் மீனாட்சியின் தோள் அமர்ந்து வணங்குவோரை ஆசீர்வதிப்பவை மட்டுமல்ல, பெயரை உச்சரிக்கும் போதெல்லாம் நம்மைப் பச்சையாக்கும் அற்புதம் மிக்கது.

கொண்டலாத்தி நம்மைப் பறவையாக்கும் வனம்.

'கொண்டலாத்தி' தொகுப்பிற்குப் பின் நீண்ட காத்திருப்பில் தன்னுள் இருந்த காளியைக் கண்டடைந்து களமாடி இருக்கிறார் 'அண்டங்காளி' தொகுப்பில்.

"இந்தக் கவிதைகளை எழுதிய குறுகிய காலத்தில்தான் கடந்த 20 ஆண்டுகளில் நான் மிகவும் பரவசமாக இருந்தேன். அதீத விழிப்பு நிலையை உணர முடிந்தது. எல்லா உணர்வுகளும் அவற்றின் உச்ச நிலையில் என்னிடமிருந்து வெளிப்பட்டன" ஆசை முன்னுரையில் கூறியிருப்பதின் உண்மையைப் பிரதிபலிக்கின்றன கவிதைகள். தன்னைத் தானே உணர்ந்து கொள்ளச் செய்யும் தன்மை கவிதைகளுக்கு உண்டு.

யாதுமாகி நின்றாய் காளி– எங்கும் நீ நிறைந்தாய்
தீது நன்மை யெல்லாம் காளி! – தெய்வ லீலை யன்றோ...

நம் முன்னோடி பாரதி கொண்டாடிய காளியை, ஆசை அண்டங்காளியாக்கியுள்ளார். நடனக்காளி, இருட்காளி, கொடுங்காளி, பேராண்மைக்காளி, பேய்க்காளி என காளிக்குப் பல்வேறு பிறப்புகளைக் கொடுத்துள்ளார். காளி தெய்வங்களுக்கெல்லாம் தெய்வம் எனும் நிலையைத் தொகுப்பில் அடையச் செய்துள்ளார். மொத்த உலகையும் தன் திரட்சியான முலைக்குள் பாலாக்கிப் பாதுகாப்பதாகப் பரிணமிக்கச் செய்துள்ளார்.

இருமுனை முடிவின்மையின்
நடுவெளி நர்த்தனம் நீ
தொடுஊழி தரையிறக்கும்
தத்தளிப்பு நீ

கடல்புரியும்

தாண்டவத்தின் தெறிப்பும் நீ

எரிஜோதி இடைபறக்கும்

கொடும் பறவை நீ

அனலுமிலும் கனல் மயக்கும்

பேய்ச்சிரிப்பு நீ

நாத்திகனின் கனவில் வரும்

நடனக்காளி நீ.

மென்மேடுடைய யோனியுள் மீண்டும் உள்சென்று கருவறை இருட்டின் கதகதப்பில் உறங்கச் செய்யும் உன்னதம் கவிதைக்கு உண்டு. ‘யாதுமாகி நின்ற காளி’ போல் எதுவுமாகி நிற்கச் செய்கிறது காளியைக் கவிதைகள்.

சுண்டக் காய்ச்சுதல், சொற்சிக்கனம் போன்ற தன்மையை இத்தொகுப்பில் காணமுடியாது. கொஞ்சமாகத் தாராளப்படுத்தியுள்ளார். கவிதைகளின் ஓசை லயத்திற்கு அதன் தேவையைக் கவிதைகள் ஏற்கின்றன. இப்படியான மரபின் தொடர்ச்சியை நினைவூட்டும் தொகுப்பும் அவசியமே.

நமக்குப் பிடித்தவர்களோடு நாம் ஆடும் ஆட்டத்தில் ஒருவித லயிப்பு உருக்கொள்ளும். கவிக்கும் காளிக்குமான ஆட்டத்தில் எழும் ஓசை ரசிக்கத்தக்கதாக உள்ளது.

பேயவள், தாயவள், மாயவள், தூயவள், தீயவள் எனக் காளிக்குப் பல அவதாரங்களைக் கொடுத்துக் களமாட வைக்கிறார் ஆசை.

உலகம் அழிப்பேன் நான்

உன்மத்தம் திறப்பேன் நான்

ஓங்கிய கதவடைத்து

ஒழிவுநிலை கொள்வேன் நான்

பாதிப் பிறப்பைச் சுமந்து

மீதிப் பிறப்பை தேடுவேன் நான்

உடலுக்குள்ளே நீச்சலடித்து

ஒதுங்கேறிச் செல்வேன் நான்
புள்ளியதைத் தாண்டிச் சென்று
புள்ளினமாய் வருவேன் நான்.

தொகுப்பில் காளியைத் தெய்வமாக மட்டும் பார்க்கவில்லை ஆசை. ஏமாற்றப்பட்ட, தன் வலியை வெளிச்சொல்ல இயலாத பெண்களின் மனக் குமுறலுக்கு உருவம் தந்தால் அது காளியாக இருக்கும் என்பதை உணர்த்தியிருக்கிறார் ஆசை.

பத்ரகாளி
படமெடுத்தாடும் தீலி
மிதித்தாடி
நீ சிதைத்தழித்துச்
சென்றதில்
மிச்சமுள்ள
சூனியம்தான் இது
என்ற ஏளனமா உனக்கு.
மிஞ்சியது
சூனியம்தான்
ஆனால்
கருக்கொண்ட சூனியம்
அதில் உருக்கொண்டு
மீண்டும் முளைத்து
உன்மீது குதித்தாடியுனைச்
சிதைத்தழிக்கும்
நீதந்த
என் கவி.

காளியைச் சவாலுக்கு இழுக்கும் இக்கவிதையில் படைப்பாளி தன் கவிமீது வைத்துள்ள நம்பிக்கையை நமக்கான நம்பிக்கையாகவும் கொள்ளச்செய்கிறது அண்டங்காளி.

★

வெப்பம் உடலின் குரல், நீ வெப்பமாகும்போது நான் வெப்பத்தின் குரலாவேன் எனத் துவங்கும் ‘குவாண்டம் செல்ஃபி’ உடலையும், அதில் உருவாகும் இசையையும் கொண்டாடச் செய்கின்றன கவிதைகள்.

தன்னை ரசித்து, தன் உடலைக் கொண்டாடுபவர்கள், தனக்கானவர்களையும் கொண்டாடும் இயல்புடையவர்களாகிக் காமத்தில் உருக்கொள்ளும் அதிருப்தியைக் கடந்து களிப்படைபவர்களாக இருப்பார்கள். தொகுப்பிலிருக்கும் கவிதைகளில் அதற்கான சன்னதங்களைக் காணமுடிகிறது.

உடலின் எல்லையை அறியத்துடிக்கும் மனம் மரணத்தை உடலுக்கு எதிரான கலகமாகப் பார்க்கப்படுவது வாழ்வு குறித்த புரிதலின் முதிர்வு. ‘உடலின் எல்லை எதுவரை’ எனத் துவங்கும் கவிதையில் இதனை நுட்பமாக வெளிப்படுத்தியுள்ளார்.

அம்மா என்பவளைத் தியாகத்தின் உருவாக்கி என்றைக்கும் உழைத்துக்கொண்டே இருக்கும் இயந்திரமாக வைத்திருப்பதில் இருக்கும் கயமையை நம்மிடமிருந்து அகற்றி, அவர்களுக்கும் உணர்ச்சிகள் உண்டென்பதை உணர்ந்து, அவர்களின் தனிப்பட்ட விருப்பங்களையும் பொருட்படுத்தவேண்டிய அவசியத்தை, அம்மாவின் மீது நம்மிடம் இருக்கும் உண்மையான பிரியம் எது என்பதை

நான் இருக்கிறேன் என்று

பார்க்காதே

அம்மா

சரசமாடு

உன் காதலுடன்

தயக்கமேதுமின்றி

இடுப்பில்

எனைச் சுமந்தபடி.

......

....

காதல் செய்
காதல் செய்
அப்பா தவிர்த்த
காதல் செய்
அப்போதுதான்
நீ அழகு.

எனும் நீண்ட கவிதையில் ஆசை உணர்த்திக் கொண்டிருக்கிறார்.

காதல் எனும் உணர்வு எதையும் தனதாக்கிக் கொள்ளும். சாத்தியமில்லாதவற்றைச் சாத்தியப்படுத்தும்.

....

உன் முலைக் காம்புகளின்
வழியே
இந்த உலகத்தைப் பார்ப்பதற்குப்
பெயரும்
காதல்தான்.

என முடிவுறும் கவிதையில் காதலின் தகிப்பை உணர முடிகிறது.

பெண்களை நேசித்தல் என்பது அவர்களை உணர்ந்து கொள்வதிலிருந்து தொடங்க வேண்டும். நிலம் விழும் மழைநீர் திரண்டு ஓடி வேர்களைக் கண்டடைந்து மரங்களுடன் கலப்பதை ஒத்ததாக இருக்க வேண்டும் அவர்களை உணர்ந்து கொள்ளுதல். மகிழ்வில் பங்கெடுக்கும் ஆண், வலியில் பங்கெடுக்காது, அது அவர்களின் பிரச்சினை நாம் என்ன செய்வது எனத் தத்துவம் பேசிக் கடப்போரே அதிகம். மாதவிடாய் என்பது மாதச் சுழற்சி. உள்ளும், புறமும் எரிச்சல்மிக்க நாட்களவை. ஆண் கூடுதல் நேசிப்பைச் செலுத்தவேண்டிய நாட்கள் அவை. புரிந்தவர்கள் ஆசையின் இக் கவிதையைக் கொண்டாடச் செய்வார்கள்.

உன் மாதவிடாய் வலியைத்
தன்மேல் பூசிக்கொள்ளத்

தெரியவில்லை என்றால்
இக்கவிதை உயிரற்றது
என்று அர்த்தம்

எனத்தொடங்கும் கவிதை நாம் எத்தகையானவர்களாக இருக்கிறோம் என்பதைக் காட்டும் கண்ணாடியாக இருக்கிறது.

காதலின், காமத்தின் தீவிரத்தன்மைகளைக் காட்சிப்படுத்தும் குவாண்டம் செல்ஃபி தொகுப்பு நம்மை நாம் ஆராதித்து வாழ்ந்து பார்க்கச் செய்யும்.

- வாசகசாலை

பனம்பழத்தின் மணம் வீசும் கவிதைகள்

வான்நோக்கி வீசப்படும் பலிச்சோறு மீண்டும் பூமியை அடையாது. கடவுளால் தின்னப்பட்டுவிடும் என நம்பும் சாமானியனாக்கி, உடுக்கை ஒலியின் உக்கிரம் தாளாது சந்நதம் கொள்ளச் செய்யும் தன்மையைக் கொண்டு, ஆரியமாலா, இசக்கி, பெரியாயி, எனக் கிராம தெய்வங்களாக்கப்பட்ட தேவதைகளின் வலியை, வாழ்வை விதையாக்கி, விளைச்சலில் கிடைக்கும் தானியங்களை எறும்புகளாகி நிலத்துள் சேமித்தும், பறவையாக்கி வானில் மிதக்கச் செய்தும், என்றென்றைக்குமாக அவர்களின் இருப்பைப் பனம்பழத்தின் மணத்தோடு வெய்யிலின் கவிதைகள் வைத்திருப்பதால் அவ்வளவு நெருக்கமானதாக மாறிவிடுகிறது.

கவிதைக்கு விதிவிலக்குகள் ஏதுமில்லை. எவரையும் கேள்வி கேட்கும், கேலிக்கும் உள்ளாக்கும். உளப்பகுப்பாய்வு, பாலியல், கனவு சார்ந்த தன் தத்துவங்களால் உலகத்தாரின் கவனத்தை ஈர்த்த ஃப்ராய்டை எள்ளல் தன்மையோடு அணுகியிருக்கும் கவிதைகளைக் கொண்டிருக்கிறது மணல்வீடு வெளியீடாக வந்திருக்கும் “கொஞ்சம் மனது வையுங்கள் தோழர் ஃப்ராய்ட்” கவிதைத் தொகுப்பு.

பிறந்த குழந்தைக்கு உடல்நிலை சரியில்லாதுபோக இரண்டு நாட்களாகத் தாய்ப்பால் எடுக்க முடியாத சூழல். இவரைக் குடிக்கச் சொன்னால் செய்யக்கூடாததைச் செய்யச் சொன்னதைப் போன்று அவ்வளவு தயங்கிட வலி உயிர்போனது, பின் என் அக்கா வந்து பீச்சிட வீடு முழுமையும் அப்படியொரு பால் மணம், இப்பக் கூட அந்த வாசம் இந்த வீட்டில் இருப்பதை உணருவேன் என கண்களில் நீர் வழிய உரையாடிய தோழியை

நினைவு கூர்ந்தது தொகுப்பின் முதல் கவிதையான 'ஒரு பூ பூத்துச்சாம்...' கவிதையில் வரும் 'தொழுவத்துச் சாணவாடைய மீறிப் பால் மணக்குமாம்' வரி. மகன் கல்லூரியில் படிக்கும் காலம் கடந்தும் பால்கட்டும் வலியை இன்னமும் கண்ணில் வைத்திருக்கும் அனுபவம் பெண்களுக்கானது மட்டும்தான்.

வெக்கையின் கூடாரம் தொழிற்சாலைகள். சுயநலமே உடலாய்க் கொண்ட அதிகாரிகளின் வெக்கையோ அதனினும் கொடியது. மனிதர்கள் மட்டுமல்ல, இயந்திரங்களும் தவறு செய்யும். இயந்திரமாக நிற்கும் தொழிலாளிகளே எல்லாவற்றிற்குமான பொறுப்பாளிகள். அதிகாரத்திற்குக் கைகாட்டத் தோதாக எப்பவும் இருத்திவைக்கப்படுபவர்கள். அங்கு எல்லாவற்றிலும் ஒரேமாதிரியான சுழற்சிதான். பணியின்போது நீண்ட பாம்பு வந்திடுகிறது. எல்லாரும் பதறி சூழ்ந்திருக்க, ஒரு தொழிலாளி அதை அடிக்க 20 எம்.எம் ராடு ஒன்றை எடுக்கச் சொல்கிறார், ஓடிப்போய் எடுப்பவனும் தேடி 20 எம்.எம் ராடாக எடுத்துவருகிறான். ஏதோவொரு கம்பியை எடுத்துப் பாம்பை அடிக்கலாம்தானே, ஆனால் தொழில் சார்ந்த புத்தி யாதார்த்தத்தை அனுமதிப்பதில்லை. எல்லாவற்றையும் ஒழுங்குக்குள் அடைப்பது, டீ அருந்த சாப்பிட, கழிவறை செல்ல என நேரமும் கன்வேயர் பெல்ட்தான், கன்வேயர் சிஸ்டத்தில்தான் சிந்தனையும் இயங்கும். 'நுரையீரல்களின் பாடல்', 'பாட்டாளிகளின் சூதாட்டம்', கவிதைகள் தொழிலாளர்களுக்கான ஆறுதல்.

யாரும் எதிர்பார்த்திராத தருணத்தில்

ஒரு குழந்தை கன்வேயர் பெல்ட்டிலிருந்து

நம்பிக்கையோடு தாவிக் குதிக்கிறது

இக் குழந்தைதான் தொழிலாளர்களின் வாழ்வை நகர்த்திக் கொண்டிருக்கிறது. தன் பிஞ்சு விரல்களால் காய்ப்பேறிய மனதை மெதுமெதுப்பாக்குகிறது.

வாசிப்பிலோ, நினைவிலோ கிடைத்திடும் ஈர்ப்புமிக்க சொல்லைத் தம் படைப்புகளில் பயன்படுத்தும் ஆர்வம் எல்லாருக்கும் ஏற்படுவதுண்டு. பெரும்பாலானவர்களிடம் துருத்திக் கொண்டு தெரியும். ஆனால் வெய்யில் பயன்படுத்தும்

இடங்கள் அத்தனை பொருத்தப்பாட்டோடு இருந்து ஆச்சரியம் கொள்ளச் செய்யும். "தீம்பிழி எந்திரம் பந்தல் வருந்த" எனும் பதிற்றுப்பத்துப் பாடலில் வரும் தீம்பிழி 'மீ எனும் பனந் தீம்பிழி' எனும் கவிதையில் பொருத்தமாகச் செயல்பட்டிருக்கு.

இக்கவிதையில்

....

குற்றத்தின் கூர்மையைச் சேர்த்து
மயக்குஞ் சுவையாய்த் திரளும் காலமே
இனி ஒருபோதும் பிரார்த்தனையின்போது சொற்களை
நினைவிலெழுப்பாதே
கடந்தவை
சாம்பல் கிண்ணத்தில் வீழ்கின்றன
பெண்டுலம் ஆடிக்கொண்டிருக்கிறது
கள்ளிரவுகளின் கீதாமைதி
நாவில் துளிர்க்கும் கொடித் தந்துகிகளில் மலர்கையில்
சுகித்துத் தாளாது காலங்களை மதுவிட்டுக் குழக்கையில்
மீ
அதிர அதிர
என் நினைவு நரம்பைச் சுண்டு.

எனும் இப்பகுதியை வாசிக்கையில் நாட்டுச் சாராயம் மிடறு அருந்த சுர்ர்ரென ஏறி உடலைச் சுண்டும் உணர்வைத் தந்திடுகிறது.

தூமை தூமை என்றுளே துவண்டு அலையும் ஏழைகாள்
தூமையான பெண்ணிருக்க தூமைபோனது எவ்விடம்
ஆமைபோல மூழ்கிவந்து அநேக வேதம் ஓதுநீர்
தூமை திரண்டுருண்டு சொற்குருக்கள் ஆனதே.

எனும் சிவவாக்கியர் பாடல்களும், தூமையை நல் விளைச்சல் வேண்டி நிலங்களில் தூவிய முன்னோர்கள் வாழ்ந்த இந்நிலத்தில் தூமை எனப் பொதுவெளியில் பேசினால் பதற்றம்

அடைபவர்களையும் பார்க்கிறோம், ஏன் இன்னும்கூட கடைகளில் நாப்கின் கேட்டால் நாளிதழில் சுற்றிக் கருப்பு நிற நெகிழிப் பையில் மறைத்துக் கொடுப்பதும் தொடர்ந்து கொண்டிருக்கிறது. இச்சூழலில் தூமையை அழகியலோடு 'வெள்ளிவீதியாரின் நாப்கின்' கவிதையில் காட்சிப்படுத்தியிருக்கிறார் வெய்யில்.

கபிலர் கனவு காண்கிறார்
காட்டுப் பாதையில்
சிவந்த முல்லைப் பூக்கள் சிதறிக்கிடக்கின்றன
முல்லையிலேது சிவப்பென வியப்புற்று எழுகிறார்
கபிலரின் மனைவியும் கனவிலிருக்கிறார்
"தலைவியின் தூய்மைக் குருதி
கசியக் கசிய முல்லைப்பூக்களால் துடைத்தபடி
அவன் நடந்துகொண்டிருக்கிறான்"
மனைவியின் கனவிற்குள் நுழையும் கபிலர்
அவன் ஏந்தியிருக்கும்
வேர்களால் முடையப்பட்ட கூடையில்
நிறைந்திருக்கும் வெண்பூக்களை
இருகைகளிலுமாக அள்ளியபடி வெளியேறி
மனைவியின் கால்மாட்டிற்கு வந்து
மிகப் பொறுப்போடு அமர்கிறார்.

தொகுப்பிலிருக்கும் 'மத்தியானம்' கவிதை ஆண் வாயை யோனியாக மாற்றம்கொள்ளச்செய்து தூமையின்கொண்டாட்டச் சூழலை வெளிப்படுத்துகிறது.

....
கிழவன் நல்ல மனுஷன்
பிராயத்தில்
கிழவியோட தீட்டுத்துணிகளை
ஊருக்குத் தெரிய

ஆசையா ஆத்துல அலசிக் கொடுப்பான்

கொஞ்சம் குசும்பனும் கூட

நேத்து வாய் நிறைய்ய வெத்தலயக் குதப்பிக்கிட்டு

"இங்க பாருபுள்ள.... என் வாயெல்லாம் தூமை"க்கு சிரிக்கான்.

வெக்கத்துல கிழவிக்கு நின்னுபோன தூம

பொங்குறமாதிரி இருந்திச்சாம்!..

இங்கு தன்னைக் கிழவனாகப் பொருத்திப் பார்த்துக் கொள்பவர்கள் பாக்கியவான்கள்.

இக்கவிதை தோழர்.ஃப்ராய்டின் ஒவ்வோர் ஆணுக்குள்ளும் பெண் தன்மையும், ஒவ்வொரு பெண்ணுக்குள்ளும் ஆண் தன்மையும் இருக்கும் எனும் கூற்றை நினைவுபடுத்துகிறது.

உடல்களைத் தாள்களாக்கிக் குருதியை எழுதும் மையாக மாற்றி மாசான வரலாறு எழுதப்பட்டுக் கொண்டிருக்கிறது. அதன் பெருமிதங்களைக் காட்சிப்படுத்த இரண்டு மேடுகளை வரைந்து, இரகசியங்களை சாதியை, மதத்தைக் காப்பற்றும் வரைவுகளைச் சிறு பிளவில் காலகாலமாய்ச் சொருகிக்கொண்டே இருக்கும் வாதையைக் காட்சிப்படுத்தி வெட்கம்கொள்ளச் செய்கிறார் 'அறம் என்றொரு சொல்' கவிதையில்.

சிந்தனைகள், தத்துவங்கள் எல்லா நிலவியல் சூழல்களுக்கும் பொருந்திப்போகும் தன்மையோடு இருந்துவிடுவதில்லை. தொடர் சிந்தனையும் மாற்றமும் நிகழ்த்திக்கொண்டே இருக்கவேண்டிய தேவை இருக்கிறது. இதன் விளைவாகவே சில தத்துவங்கள் எள்ளல் தன்மைக்கு இடம் கொடுக்க வேண்டியதாகிவிடுகிறது. மன ஆற்றல்களின் தன்மையை அவை ஏற்படுத்தும் மகத்தான விளைவுகளைப் புரிந்து கொண்ட ஃப்ராய்டைக் கவிதைகள் கேள்விக்குட்படுத்துகின்றன. அடிவயிற்றுப் பிரச்சினைக்கான போராட்டமே தீராது தொடரும் சூழலில் நமக்கு அதன் கீழ் இருக்கும் மறையுறுப்புக்கான பிரச்சினைகள் குறித்த தத்துவங்களை கேலிக்குரியவையாக்குகின்றன தொகுப்பிலிருக்கு கவிதைகள்.

புற வாழ்வுச் சிக்கலைப்போக்கும் சிந்தனையை ஏற்றுக் கொள்ளும் நாம், உளம் சார்ந்த பிரச்சினைக்கான சிந்தனையையும்

தேவைக்கேற்ப ஏற்றுக்கொள்ளத்தான் வேண்டியிருக்கிறது. கனவுத் துன்புறுத்தல், மூளையைப் பாதிக்கும் வாழ்வியல் அனுபவங்கள், ஆசைகளை நிறைவேற்றிக் கொள்ளும் களமாகக் கனவைக் கண்டடைதல், எல்லாபிரச்சினைகளையும் மனம் திறந்து பேச வைப்பதன் மூலம் தீர்க்கலாம் எனக் கூறிய மிஸ்டர் ஃப்ராய்ட், நண்பர் ஃப்ராய்ட், ஆய்வாளர் ஃப்ராய்ட், டாக்டர் ஃப்ராய்ட் என அழைப்பதைப் போன்று தோழர் ஃப்ராய்டு என்றும் அழைக்கலாம். தொகுப்பிலிருக்கும் ஃப்ராய்டு குறித்த கவிதைகள் வெவ்வேறான யோசிப்புகளை நம்முள் ஏற்படுத்துகின்றன.

வேர்களுக்கும் மண்ணுக்குமான பிணைப்பு நமக்கும் இசைக்கும் உண்டு. துயரான காலங்களில் மடிதரவும், தனிமையில் தோழிகளை உடனிருக்கச்செய்யவும், கொண்டாட்ட காலங்களில் உடலில் சிறகு முளைக்கச் செய்யவும் மது அருந்துகையில் கோப்பையை நிறைத்துக்கொண்டும் என நம்முள் வெவ்வேறான மாயங்களை நிகழ்த்திப்பார்த்துக் கொண்டிருப்பதைக் காட்சிப்படுத்தியுள்ளன 'காற்றெல்லாம் உந்தன் கீதம்' கவிதைகள்.

வேதியியல் கூடத்தில் நிகழ்ந்துகொண்டிருக்கும் நிறக்கலவையின் ஆச்சரியத்தைத் தந்துகொண்டே இருக்கும் காதலும். உடலின் வெப்பம் சமச்சீரோடு இருப்பதை உணர்த்திக் கொண்டிருப்பதும் காதலே. விபரம் அறிந்த நாள் தொட்டே காதல் கதைகளைக் கேட்டும், கவிதைகளை வாசித்தபடியும் இருக்கின்றோம். எல்லாமே நெருக்கமாக இருந்துவிடுவதில்லை. தங்காது தகவல்களாகப் போய்விடுவதும் உண்டு. சிலருடையது நெருக்கமானதாகிவிடும். வெய்யிலின் காதல் கவிதைகளுக்கு அத்தன்மை உண்டு. தன்னுள்ளே மிதந்து கிடக்கச் செய்யும் அழகிய நீரோடை.

'நம் காதலுக்கு வடி நீரின் ருசி'

'என் சீட்டுக் கட்டில் எல்லாருமே ராணிகள்
எல்லாருக்கும் உன் முகம்',

'என் ராத்தேவை ஒரு கவளக் காமம்',

'அழகழகான சொற்களை ராத்திரிகளில் உனக்காக நெய்தேன்'

என நிறைய்யச் சொல்லிக்கொண்டே போகலாம். வானில் தெரியும் நட்சத்திரங்கள் காதலிகளால் உள்ளங்கைளில் வரையப்பட்டவை என்பதை வாசிக்கையில் அவ்வளவு மகிழ்ச்சியாக இருக்கிறது.

பனைவேர், பனம் பூ, பனங்கிழங்கு, பனம்பழம், பதனி, நொங்கு, ஊறிக்கொண்டிருக்கும் கள்ளென மொழியின் நிலத்தில் தொடர்ந்து பனைமரத்தை நட்டுக்கொண்டே இருக்கும் வெய்யிலின் கவிதைகள் பதரற்ற நெல்மணிகள்.

- அம்ருதா

அன்பின் ஔிர்தல்கள்...

கவிதைகள் தேங்கிக் கிடக்கும் நீர் அல்ல. வழிந்து ஓடிக்கொண்டிருக்கும் நதி. தன்னைப் புதுப்பித்துக் கொண்டே ஓடும் நிலத்தையும், அதன் விளைவிப்பையும் செழிப்போடு வைத்திருக்கும் தன்மை கொண்டது. நிகழ்ந்து கொண்டிருக்கும் புதுப்புது முயற்சிகள் மொழியை மங்கவிடாது புதுப்பித்துக்கொண்டே இருக்கின்றன. அதற்கான சாட்சியங்களாக தொகுப்புகள் வந்தபடியே. அப்படியானதொரு தொகுப்பாக வந்துள்ளது சால்ட் பதிப்பகத்தில் கண்டராதித்தனின் 'பாடி கூடாரம்'.

சுய கர்வத்தை இழந்து பெறப்படும் சௌகர்யங்கள் அற்பத்தனமானதென வாழும் மனிதர்கள் 'மனம்' கவிதையில்.

அற்பனாக

இருந்தாலும்

அருவருப்பு

இல்லாமலா போகும்.

இப்படியாக முடிவுறும் 'சகிப்பு' கவிதை உணர்வுமிக்க மனங்களின் வெளிப்பாடு.

மனித மனம் விசித்திரமானது. எதையும் ஆசைகொள்ளும். எப்படிப்பட்டதையும் தூக்கி எறியும். நம்மை நாமே நொந்துகொள்ளும் அளவிற்கு கீழானவர்கள் நம்மோடு இருக்கக் கூடும். மதுக்கூட சம்பாஷணையைக் காட்சிப்படுத்தும் 'டோலாக்' கவிதை மாந்தர்கள் நம்முடனும் இருந்துகொண்டிருப்பதை காட்டிக் கொடுத்திடுகிறது.

ஒரு சம்சாரி

அடுத்தவன் மனைவி மீது

ஆசைப்படலாமா

படக்கூடாதுதான்

பட்டால்

படாத இடத்தில் பட்டாலும்

பட்டும் படாமல்

போக வேண்டியதுதான்.

தனித்து உருவாவதில்லை, எல்லாவற்றிலும் இருந்தே உருவாகின்றன அழுக்குகள். கழுவியோ, துடைத்தோ புற அழுக்கைப் போக்கிடலாம், தூர் எடுக்க முடியாது மண்டிக் கிடக்கும் மன அழுக்கை மொழி காட்சிப்படுத்திவிடுகிறது.

கூட்டமாகப் பறக்கும் வண்ணத்துப் பூச்சிகளை அரிதாகத்தான் பார்க்கமுடியும். திட்டமிடுவதாலேயே எல்லாமும் கைகூடிவிடுவதில்லை. கவிதைகள் எழுதப்படுவதற்கு முன்னதான மனச் சித்தரிப்புகள் ரசிக்கத்தக்கவை.

பொருத்தமற்ற வாழ்வுக்குப் பதிலாகப் பாடையில் படுத்துக் கொள்ளச் சொல்லும் அறிவுரை பரஞ்சோதிக்கு மட்டுமல்ல.

உடன் வாழும் மனிதர்களின் நாய்ப் பிழைப்பைக் காணச் சகிக்காத வாழ்வின் காட்சி இப்படியாக...

பிறப்பு நாய்ப்பிறப்பு

நாலுபேரைப் பார்த்தால்

வாலைக் குழைக்காத

கௌரவமென்றால

நெடு வாழ்க்கையும்

நக்கு தண்ணீர்தான்.

தாய்மைப் பண்பை முழுமையாக உணர்ந்துகொள்ளும் இடம் காடு என்பது மிகையில்லாதது.

....

யாருமே இல்லை என்ற நம்பிக்கையில்

மனம்விட்டு அழுதீர்கள்

உங்களைச் சுற்றிலும் இருந்த
மரம் செடி கொடிகள்
வாஞ்சையான தமது கரங்களால்
உங்கள் தலையைக் கோதிவிடுகின்றன
அந்த அன்பினால் ஒளிரும்
காட்டுத்தொகுப்பைப் பார்த்துப்
பலகாலம் அதிசயத்துக்
கிடந்தன காட்டுவிலங்குகள்.

புறக்கணிக்கப்பட்டுக்கொண்டே இருக்கிறோம் எனத் தவிப்பவர்களின் சரணாலயமாக இருக்கும் ‘காப்புக்காடு’ கவிதை.

எல்லாருக்கும் வாழ்வதற்கான நியதி இருக்கத்தான் செய்கிறது. கண்டதை காட்சிப்படுத்தலும், காட்சிப்படுத்தப்பட்டதைக் கண்டதுக்குமான அனுபவச் சித்திரம் வேறானதாக இருக்கும். ‘பேக்கரியில் அமர்ந்திருக்கும் பெண்’ நம்முள் வேறான காட்சிப்படுத்தலைச் செய்திடுகிறது.

....

சுற்றிலும் கண்ணாடியிலான ஸ்டால்களுக்குள்
அவள் அவ்வளவு
அழகோடு அமர்ந்திருக்கிறாள்.
நான் எழுதும்போதும் அப்படித்தானிருந்தாள்
நீங்கள் வாசிக்கும்போது காட்டில்
தவத்தில் இருக்கும் முனிவரின் பத்தினி கச்சையோடு
குடிசையைப் பராமரிப்பதாகவும்
வாசலைக் கோலமிட்டு அழகாக்குவது போலவும் வாசிக்கிறீர்கள்
மான்கள் பறவைகள்
புல்லினங்களென இக்கவிதையைவிட மேம்பட்டதாயிருக்கிறது
உங்கள் வாசிப்பு.

‘எளிமையின் காலம்’ என்பதற்கான சான்றுகளின்

அடுக்குகளில் நாமும் ஒளிந்து கிடக்கின்றோம்.

வேதாந்தங்களைப் பேசிக் கொண்டிராமல் வேலையைப் பார் எனக் கூறிடும் 'பருவதவர்த்தனம்' நாம் யார் என்பதைக் காட்டிடுகிறது.

வள்ளலார் வீதிக்கு வந்தால் நிகழும் மாற்றங்கள் குறித்த சம்பவங்கள் கற்பனையானபோதும் அவற்றிலிருக்கும் உண்மை உரு கொண்டு நிற்கிறது மீண்டும் வள்ளலாராகவே.

அரைகுறைகளின் நிறைகுடம் மீதான அபிப்ராயம் அரைகுறையாகவே இருப்பது காலத்தின் நியதி.

புறத்திலிருக்கும் வீதியின் காட்சிகள் அகம் நிறைந்த மனையாளின் தலையை வருடச் செய்திடுகிறது.

எழுத்தை மையமிட்டுச் சுழன்றாடிக் கொண்டிருக்கும் வாழ்வின் காட்சியிலிருந்து நாம் தப்பிவிட வேண்டும் என்பதைக் கற்றறியலாம்.

பிராது அறியாது வாழ்பவர்களைக் கண்டு பிராது ஏதுமற்ற அற்புத வாழ்வோடு இருப்பதாகக் கணிப்பதில் இருக்கும் சூது அற்பர்களுக்கானதை உணர்த்தல்.

பவிசு மதிக்கத்தக்கதல்ல. மண்ணுள் புதைக்கப்பட வேண்டியதுதானே.

மனித மனம் ஆசைகளைத் தொடர்ந்து துளிர்க்க வைத்துக்கொண்டிருக்கும் நிலம். குளமாக, குடமாக, நீர்க் குமிழியாக ஆசைகொண்டு, பின் மீன் கொத்தியாக மாறிவிடத் துடிப்பதில் இருக்கும் ரகசியத்தைக் காட்சிப்படுத்துகிறது 'உடைந்த வாழ்வு' கவிதை.

மத்தியானத்தில்
நீர் தளும்புகிற
குளத்தின் எதிரில்
நின்று கொண்டிருப்பவனுக்கு
குடத்தில் குளத்தைச் சேகரிக்கும்
பெண்ணின் மீது ஆவல்

ந.பெரியசாமி

பைய உருண்டு திரண்ட

அந்த ஆவல்

வண்ணத்திரட்சியான

நீர்க்குமிழியின் மீது அமர்கிறது.

ஒரு மீன் கொத்தி அந்த

மத்தியானத்தின் குளத்தில்

தளும்பாத தண்ணீரைத்

தளும்பும் ஆவலை

ஒரே கொத்தில்

கொத்திச் சென்றது.

பெரியதுகள் ஏதும் தேவையில்லை. சின்னஞ்சிறியது போதும். காலம்காலமாக அப்பிக்கிடக்கும் இருளை அகற்ற கிழிசல் வெளிச்சம் போதும். வீதியைப் பிரகாசிக்கச் செய்து தினந்தோறும் திருவிழாவுக்கான மனதைத் தரும் ஆதிராவின் அம்மாவை நம் தெருவில் குடியமர்த்துதல்.

.....

அடி.... ஆதிரா....

அம்மாவை வீதிக்கு வரச்சொல்

இவ்வழகை அமுதை

பெருஞ்செல்வத்தை

எங்களுக்கு அளித்தவளைச்

சீராட்ட வேண்டும்

கொஞ்சம் பூக்களைத்

தன் பொற்கரங்களால்

எங்கள் மீது தூவட்டும்

நாங்கள் ஆதிராவின் அம்மாவைக்

காதலிக்கிறோமென்று

உற்சாகமாக ஒருமுறை கூவிக்கொள்கிறோம்.

'பாடி கூடாரம்' கவிதையிலோடும் இரத்தினக் கற்கள் பொதிந்த ஆடையணிந்த பெண்ணோடு நாமும் ஓடிக்கொண்டிருப்பதைக் காணலாம்.

கொஞ்சம் கொஞ்சமாகச் சேகரமாகும் அவமானத் துளிகளே அனுபவ நதியாவதை வேடிக்கை பார்த்தல்.

மூன்று தலைமுறைகளுக்கிடையே இருந்த தனிமையின் தன்மை என்னவாக இருந்திருக்கும் என்பதை அறியத் தருதல்.

நோய்த்தொற்றால் உலகம் மயானமாகிக் கொண்டிருந்த காலத்தில், அரசின் கோமாளித் தனங்களையும், மக்களின் மீது அழுத்தம் தந்தபடி இருக்கும் துயரையும் காலாகாலத்திற்குமான பாசுரமாக்கி உலகளந்தபெருமாளை உள்ளேயே இருக்க வேண்டுவதின் துயரம் இதுகாறும் மக்கள் மட்டுமல்ல தெய்வமும் காணாததற்கு 'உதுமான் நான் உலகளந்த பெருமாள் பேசுகிறேன்' போன்ற கவிதைகளே வேர்களாக இருக்கும்.

பசி

அப்பா இல்லாத
வீட்டில் அம்மாவுடன்
வேறொருவர் இருந்ததைக்
கண்ட அக்காளும், தங்கையும்
அதோ அந்த வேம்படியில்
பசியோடு காத்திருக்கிறார்கள்.
அம்மாவும் அவரும்
எப்போது வெளியே வருவார்களென.

அவரவர்கள் பசி அவரவர்களுக்கானதுதானே.

பகலே எட்டிப் பார்க்காத
பலி கொடுத்தாள் கிணற்றிலிருந்து
நீர் சேந்திக் கழுவுகிறேன்...

எனத் தொடங்கும் கவிதையுள் நல்லதங்காளை மீண்டும் உயிர்ப்பித்துக் கதை கூறச் செய்தல்.

ந.பெரியசாமி

நம்மின் ஆதி வாழ்வு ஆங்காங்கே தங்கி நகர்ந்துகொண்டே இருந்தது. காலப்போக்கில் ஓரிடத்தில் நிலையாகக் கூடாரமிட்டு சுயநலத்தோடு வாழத் தொடங்கிப் பெருக்கமடைந்த கூட்டத்தின் கீழ்மைகள், அது உருவாக்கிய சிதைவுகள், அதிலிருந்து மீண்டு வெளியேற ஒளிர்வுகளைக் கண்டடைதல்கள் என மனக்கூடாரங்களின் சேகரிப்புகளாக இருக்கிறது கண்டராதித்தனின் 'பாடி கூடாரம்'.

- கனலி

எலிகளை முத்தமிடும் பூனை

எளிதில் எல்லாரையும் வசப்படுத்தக் கூடிய கவிதை மகிழ்ச்சி அளிக்கக் கூடியது மட்டுமல்ல மகிழ்ச்சியைக் குலைக்கக் கூடியதும்தான். கவிதை மீச் சிறு ஒளித்துண்டு. சட்டெனப் பிரகாசித்து நம்முள் ஒளிமலையை உருவாக்கிச் சென்றிடும். அவரவர்களின் மனப்போக்கிற்கேற்ப மலையின் அளவு மாற்றம் கொள்ளும். அப்படியான ஒளித்துண்டுகளை உருவாக்கக் கூடிய கவிதைகளைக் கொண்ட தொகுப்பாக வேரல் பதிப்பகத்திலிருந்து வெ.மாதவன் அதிகனின் 'எழுமின் அன்பே' வந்துள்ளது.

தன்னிடம் உள்ள மொழியின் மீதான காதலை வெளிப்படுத்தும் தன்மையுள்ள கவிதைகளைக் கொண்டதாகவும் இத்தொகுப்பு உள்ளது. இரண்டாம் நூற்றாண்டில் புன்னை மரத்தடியில் ஆடியவள் தந்த தேன் குழல் போன்றதென் மொழி என ஆதிப் பெருமிதம் கொண்டு தற்காலத்தில் அது என்னைச் சிட்டுக்குருவியாக மாற்றம் கொள்ளச் செய்கிறது என்கிறார் 'தியா' கவிதையில்.

கருத்த உன் மேனியில் தழைத்திருக்கும்
இவ்வெண்புடவை
அருவியாகுமெனில்
நான் அதன் சிட்டுக் குருவியே தேவி

சிட்டுக்குருவி என்பது விடுதலையின் அடையாளம். வாழ்வில் நாம் எதிர்கொள்ளும் எல்லாவற்றிலும் இருந்து வெளியேறி நம்மைப் புதுப்பிக்கச் செய்வது மொழிச் செயல்பாடே. அதுதான் நமக்கு ஆகப்பெரும் விடுதலை

உணர்வைத் தருவதாக இருப்பதையும் இத்தொகுப்பில் கண்டடையலாம்.

அவசரமாக இறங்கி ஓடிப்போய் மூக்கைப் பொத்தியபடி மூத்திரம் பெய்து மீண்டும் பயணிக்கும் இடம் அல்ல பேருந்து நிலையம். எப்பொழுதும் வாழ்வு அங்கு இயங்கியபடியே இருக்கிறது என்பதை உறைக்கச் சொல்கிறது 'பேருந்து நிலையங்கள்' கவிதை. அங்கிருப்பவர்களின் மீதான அவரின் காதலையும், பேருந்து நிலையத்தின் தாயுள்ளத்தையும் வெளிப்படுத்தும் பாங்கு அபாரமானது.

அழுகையைப் போலொரு துணையில்லை

தாளொண்ணாத சுமைகளை அழுகைதான்

இறக்கி வைக்கிறது

அழுபவர்களை நான் தேற்றியதில்லை

மாறாக ரசித்திருக்கிறேன்

எனத் தொடங்கும் 'அழுகை' கவிதை அழுகையை ரசிக்கிறேன் என்பது புதியதாக இருக்கிறது. எப்படி எப்படியெல்லாம் அழுவார்கள் என்பதன் விபரிப்பு ரசிக்கத்தக்கதாக இருக்கிறது.

தொடர்ந்து பயன்பாட்டில் இருக்கும் செயல் ஒன்றின் மீது தனித்த கவனிப்பை ஏற்படுத்தச் செய்வதில் கவிமொழிக்குப் பெரும் பங்குண்டு என்பதை உணர்த்துகிறது இக் கவிதை.

'மை' கவிதை பெண் குறித்துக் காலம் காலமாக ஆண் மனம் உருவாக்கும் அபத்தங்களின் அழுக்கைக் காட்சிப்படுத்தி உள்ளார்.

எள்ளுருண்டைக்கு அம்மாயியின் உடல்

அத்தனை கருப்பு

அத்தனை சுவை.

'அம்மாயி' கவிதையை வாசித்தபோது அப்படியொரு பூரிப்பு பொங்கியது. ஊருக்குப் போய் வந்து பையிலிருந்து துணிகளை எடுத்து வைக்கையில் சுற்றி வைக்கப்பட்டிருக்கும்

எள்ளுருண்டைகள் கருத்த மேகமாக உருளும். அது எப்பவும் நடக்கும் நிகழ்வுதான். ஆனால் அக்கணத்தை வேறொன்றாக மாற்றி மேன்மை கொள்ள வைப்பதில் கவிதைகளுக்குத் தனித்த இடம் உண்டு. 'அம்மாயி' கவிதை மாதவனுக்குத் தனித்த அடையாளம்.

வாழ்தல்

குளத்தில் குளிக்க மறுக்கப்பட்டவனின் உடல் மீதுதான்
பருவத்தின் முதல் மழைத்துளி விழுந்தது
அவனைப் புதைக்கையில்
அதே துளியோடுதான் புதைத்தார்கள்
அன்றிலிருந்து அந்நிலத்தடி நீரைப் பருகியவர்கள்
காதலால் செழித்துத் தழைத்து நின்றார்கள்.

காலம் காலமாக மனதின் வேரிலிருந்து விலக்க முடியாத ஒன்றாக இருந்தபடியிருக்கும் சாதி விதையின் ஈரத்தைக் காயவைக்கச் செய்து முளைப்பற்றுப் போகச் செய்யும் முயற்சியாக, அல்லது அதன் துயரைப் போக்கும் மருந்தாகவும் இக்கவிதையைக் கொள்ளலாம். தொடர்ந்து இழிவு செய்து புதைத்தபோதும் செழிக்கச் செய்யும் செயலோடு இருப்பதைச் சுட்டுவதால் ஆசுவாசம்கொள்ளச் செய்கிறது.

தொடர்பு எண் கேட்டால் 'உதைபடப் போற' என்பவளோடான ஈர்ப்பு, ஷாப்பிங் மாலில் ஸ்கூட்டியோடு இருப்பவளை மலர் கொய்து கொண்டிருக்கச் செய்தல் எனக் காதல் கவிதைகளை ஐஸ்கிரிமாக்கி நம்மைக் குளிரச் செய்திடுகிறார்.

இணையாளின் உடனான பிணக்கு என்பது எல்லாரும் எதிர்கொள்ளும் ஒன்றுதான். பிரிவென்பது இணைவின் முழுமை என சில நிகழ்வுகளைக் காட்சிப்படுத்தி

பிரிவென்பது
பின் நின்று
உன் காதில் நான் முத்தமிடுவது
நீ கண்கலங்கி எனை இறுக அணைப்பது

என முடித்திருக்கும் 'பிரிவென்பது' கவிதை வாசிப்போரிடம் உடன் ஒட்டிக்கொள்ளும் தன்மை கொண்டது.

எறும்புகளை அழிக்கப் பன்னாட்டுத் தயாரிப்பான HIT உபயோகம், சாதி மத வருண முறையைக் கைவிடாதிருத்தல், தக்காளி விலையேற்றம், சைடிஷ் அற்று மதுவைக் குடிக்கச் செய்ய நிகழும் மதுவிலையேற்றம், வளர்ந்த மயிருக்கும், மழித்த மயிருக்கும் இடைப்பட்ட கால நிகழ்வுகளைக் காட்சிப்படுத்தல், டிஜிட்டல் சர விளக்கெரியும் மேம்பாலங்கள், குழந்தைகளுக்குப் பெயர் வைக்கக் கொடுக்கப்படும் முதல் எழுத்துகள் என தொகுப்பில் நாசூக்காக வைக்கப்பட்டிருக்கும் எள்ளல் உரத்த சிரிப்பிற்கு வழிவகுக்கிறது.

ஆண்டவர் ஆட்டுக்குட்டியைத் தடவிக் கொண்டிருக்கிறார்.

தொகுப்பை வாசித்து முடித்ததும் இப்படியொரு காட்சி தோன்றுகிறது.

தொகுப்பு ஆண்டவராவதும் நாம் ஆட்டுக்குட்டியாவதும் மகிமைதானே...

- தினவு

ரசனையின் அடுக்குகள்

சோற்றை வேக வைப்பதில் மிகுந்த கவனம் தேவை. வெந்த சோறே வயிற்று அறைகளுடன் சிநேகம் கொள்ளும். கவிதைகளும் வெந்த சோற்றின் பண்புகளை கொண்டிருக்க வேண்டும்.கௌரிப்ரியாவின் 'ஆழியின் மகரந்தம்' அத்தகைய தன்மையுள்ள கவிதைகளை கொண்டுள்ளது.

கொடுப்பது கால்படிதான் என்றாலும் பல் போக உதைக்கும் மாடு என்பார்கள். அப்படியானதொரு சிரமம் ஏதுமில்லாது தெளிந்த நடையில் எளிதில் நம்மை வந்தடைகின்றன கவிதைகள்.

நாகலிங்கப் பூவாக மாறும் கடல் அலை, ஆழியை மடிக்கும் கலையை கற்பித்தல், பார்கோட் பியோனா கட்டையாதல், ஓவியத்துள் சூல் கொள்ளும் கணவன், சொல்லாமையும் கல் ஆதல், பாடலுக்கேற்ப ஆடும் கண்ணாடி துடைப்பான், குறுமுதுகில் குதிக்கும் ஆனந்தம் தரும் வேகத் தடைகள்.

அன்றாடங்களில் தான் எதிர்கொள்ளும் அனுபவிக்கும் விசயங்களில் கவிதையை கண்டடையும் நுட்பம் இயல்பாக இவர் கைவரப்பெற்றுள்ளார்.

"தனது எளிய வீட்டின்
செம்பருத்திப் புதரில்
பலகோண வெண்பட்டுச்
சிலந்தி வலையில்
பழுத்த சிற்றிலை
சுடர்ந்த காட்சி"

“வெள்ளையடிக்க
மனம் வரவில்லை
எண்ணை பிசுக்கேறிய
பாட்டியின்
தலைமாட்டுச் சுவருக்கு”

வாழைப் பூ மடல்களுக்கு
வண்ணமிடும் ஆனந்தம்”

கடல்சாரா மீனின்
கவி நெய்தலிலுண்டு

ஒளி மீது ஊறும் சிற்றெறும்பாதல்
காற்றெனும் மாய முது கிழவன்

என நம்மை வசீகரம் கொள்ளும் வரிகள் தொகுப்பில் வந்துகொண்டே இருக்கின்றன.

வாழ்வில் எதிர்கொள்ளும் சிறு சிறு இடர்களுக்கு நாம் கொள்ளும் எரிச்சலில் ஏராளமான பொக்கிசங்களை தவறவிடுகிறோம். இத்தொகுப்பில் கௌரிப்ரியாவின் ரசனை நம்மை வியக்கவைக்கிறது.

எது குறித்தும் பதற்றம் கொள்ளாது அதனதன் போக்கில் அதனதன் குணநலனுக்கேற்றவாறு அனுகி தனக்கான பிரத்யோக வடிவத்திற்குள் வாசிப்பவர்களை அட என சொல்லச் செய்திடுகிறார்.

ஆதார்கார்டு புகைபடத்திற்கும், மாற்றம் செய்த ஆதார்கார்டு புது புகைபடத்திற்குமான மாற்றத்தில் நமக்குள் உருக்கொள்ளும் சமாதானத்தை போன்று சில கவிதைகளில் திருப்தி கொள்வதும் நிகழ்கிறது.

வாஞ்சையாய் வருடுகிறேன்
பன்னீர்ப் பூவின்
முனை பிளந்த

நாலாம் இதழை. என முடிவுறும் 'நான்காம் இதழ்' போன்று மருத்துவ தொழில்சார் கவிதைகளும் தொகுப்பில் உண்டு. அப்படியான கவிதைகளில் நோய்மை அகற்றும் தாய்மை ததும்பி ஓடுகிறது.

மாற்றிக்கொண்டே வர எதேனும் ஒரு டி.வி. சேனலில் குத்தாட்டப் பாட்டை கேட்டதும் நம்முள் உருக்கொள்ளும் எனர்ஜி அன்றைய நாளினை மலர்ச்சி கொள்ளச் செய்யும். 'ஆழியின் மகரந்தம்' தொகுப்பும் அப்படியானதொரு எனர்ஜியை தருகிறது.

உங்களுக்கு வாய்த்திருக்கும் எல்லாவற்றையும் ரசிக்கும் இம்மனப்போக்கை என்றைக்கும் தவறவிடாதீர்கள்.

மகிழ்ச்சி கௌரிப்பிரியா.

- நுட்பம்

சொற்களின் பிணைவு ருசி

திருநெடுங்கோதை தி.பரமேசுவரியின் நான்காவது கவிதைத் தொகுப்பு. மகடூஉ மொழிதல், பிரிவினும் சுடுமோ, விரவுமலர்க் காதை, கருப்பைப் பாடல்கள் என நான்கு பகுதிகளைக் கொண்டுள்ளது.

மரபின் வளமான தொடர்ச்சியாக இத்தொகுப்பின் கவிதைகளைப் பார்க்கலாம். பிரிவேக்கம், தனியளாக இருத்தல், சிறுமியாகித் துடுக்குத்தனத்தோடு உண்மைகளைக் கேள்வியாக வைத்தல் என கவிதைகள் பல்வேறுபட்ட தளங்களில் வாசிப்பவர்களைப் பயணிக்கச் செய்கின்றன.

மகடூஉ மொழிதல்

எதிரில் இருக்கும் பெண்ணொருத்தியிடம் மற்றொரு பெண் சொல்வதுபோல் எழுதப்பட்ட கவிதைகளைக் கொண்டிருக்கிறது.

சுடர்சினந் தணியா இல்லாத தலைவன்

வாயிற்புறத்தில் காத்திருந்தமர்ந்தது

அறியேன் தோழி, அறியேன் தோழி

முடிவைக் கொண்ட 'அம்ம வாழி தோழியென நீடுயிர்த்துத் தலைவி சொன்னதிது' கவிதையில் தொடங்கி ஆதிகாலம் சமகாலம் என்ற பாகுபாடற்ற எல்லாக் காலப் பெண் பாடுகளையும் கவிதைகளில் காட்சிப்படுத்துகிறார்.

ஔவை முகநூலில் எழுதாத கவிதை

எங்கோயிருந்து அலறுமொரு பறவை

நாயின் குரைப்பு

இதழ்களை ஒவ்வொன்றாய் விரித்து

நெட்டுயிர்க்கும் மலர்

மூடா இமைகளைப்
பேரோசையுடன் அறைந்து சாத்துகிறேன்
மூடிய வேகத்தில்
திறந்து விழிக்கும் இரு கண்கள்
எப்படிக் கடப்பது இவ்விரவை
எப்படிக் கடப்பது இவ்விரவை
நான் பேரோலமிடும் இவ்விரவில்
அமைதியாய் உறங்குகிறது ஊர்.

சங்க காலத் தலைவி தன் தலைவனின் பிரிவேக்கத்தில் தூக்கமற்றுத் தவிப்பின் மனப்போக்கைத் தோழியிடம் சித்தரிக்கும் காட்சிகளை நடப்பு மொழியில் இக்கவிதை நினைவுபடுத்துகிறது.

எனக்கிடப்படும் வேலிக்குள்
நீயும் அடைபட்டு இருப்பது எப்போது உணர்வாய்?
வாமனம் கவிதையில் பழமையின் பாரத்தால்
ஆடும் தராசை
இன்னும் எவ்வளவு காலம்தான் தூக்கிச் சுமப்பாய்?

ஆண் என்ற மனப்போக்கு இல்லாத கணம் பெண்ணின் உணர்வுகளை உணரக்கூடும், ஆனாலும் வெளியில் காட்டிக் கொள்ள இயலாத திரை கெட்டித்துக் கிடப்பதை உருகச் செய்ய எத்தனை காலம் இன்னும் காத்திருக்க வேண்டுமோ? எனும் கேள்வி அவ்வளவு எளிதில் முற்று பெறாது என்பதைக் கவிதைகள் உணர்த்துவதாக உள்ளன.

புனிதப்படுத்தப்பட்ட உடல்கள் தொடங்கிப் போர்க்களம் வரை பெண்கள் எதிர்கொள்ளும் துயர்கள் இசைப் ப்ரியாக்கள் வரை நீண்டு கொண்டிருக்கும் அவலத்தையும், முகநூல் உள் பெட்டிகளைக் கூட பாதுகாப்போடுதான் பார்க்க வேண்டிய சூழல், மகாகவிகள் குறித்த பகடி எனத் தொகுப்புக்குள் இருத்தல் நிலையை அடைகிறோம்.

மேனியெங்கும் படர்ந்திருக்கிறது

பல்லாண்டாய்ப் புணர்ந்த மனித எச்சம்

அவளைத் தூற்றுவோர் எவரும் பார்க்கவில்லை

தொடையிடுக்கில் உறைந்த குருதியை

காலங்கள் கடந்துகொண்டிருந்த போதும் பெண்கள் குறித்த மதிப்பீட்டில் பெரிதாய் மாற்றங்கள் நிகழாத சூழலில்தான் வாழ்ந்துகொண்டிருப்பதைக் காட்சிப்படுத்தின்றன கவிதைகள்.

பிரிவினும் சுடுமோ.

பரிவு இகந்த மனத்தொடு பற்றிலாது

ஒருவு கின்றவனை ஊழி அருக்கனும்

எரியும் என்பது யாண்டையது ஈண்டு நின்

பிரிவினும் சுடுமோ பெருங் காடு?" என்றாள்

உன் பிரிவை விடவா இக்காடு என்னைப் பெரிதாகச் சுட்டுவிடப் போகிறதென சீதை ராமனைப் பார்த்துக் கூறும் தன்மையை மையமாக்கிச் சமகாலத் தனித்துயரைச் சமகால மொழியின் நுட்பத்தில் செம்மை செய்யப்பட்டுச் சொல்லப்பட்டிருக்கும் கவிதைகள் நம்மை லயித்திருக்கச் செய்கின்றன.

முத்தத்தைத் தின்று பசியாறும் பறவை

பசுந்தழை வாசம் அவள் காமம்

வேப்பம் பூக்களில் கரந்துறையும்

கசப்பின் தேனைப் பருகுவோம்

சொல்லிலும் மலர்ந்த மலர்கள்

இப்படியாக நிறையச் சொல்லிக் கொண்டிருக்கலாம் தொகுப்பில்.

வழிந்து போய்விடாது நம்முள் இருக்கும் காதலை நம் பிரியமானவற்றிற்கெல்லாம் அவன்/அவள் பெயரிட்டுக் கொஞ்சுதலின் நிரம்பலைப் பெறுவதன் கணத்தை 'அத்தனைக் காதலை வேறென்ன செய்ய முடியும் சொல்' எனக் கேட்பதில் இருக்கும் கவித்துவத்தில் கலந்திடலாம்.

தலைமுடி கோதிய விரல்
தேடும் மனம்
சுண்டு விரல் பற்றி அறிய ஆசைப்பட
கதை பேசத் துடிக்கும் உதடுகள்
அருகமர்ந்து பயணிக்க
உற்று நோக்க
தோள்சாயவெழும்
அடியாழக் கற்பனைகள்
ததும்பும் குளத்தின் மேல்
மிதக்கும் ஆமையெனக் கிடக்கிறேன்
மீன்கொத்திப் பாய்ச்சலை அவதானித்தபடி

என நீளும் 'ததும்பும் குளத்தில் உறங்குகின்றன மீன்கள்' கவிதை தனித்திருப்பதன் வாதைகளை வெவ்வேறான தளங்களில் இருந்து சித்திரங்களை உருவாக்கிச் சொல்கின்றன இப்பகுதியின் கவிதைகள்.

விரவுமலர்க் காதை

பலவிதமான மலர்களின் கலப்பைப் போல, வேறு வேறானவர்கள் பிணைப்பில் ஏதேனும் ஒன்று மையமிட்டு இயக்குவது போன்ற மானிடக் கீழ்மைகளைப் பல் இளிக்கச் செய்கிறார். தீயின் பெரும் பசிக்குத் தீர்ந்து போதலின் அழகை விவரிப்பது, இயேசுவின் மன்னித்தல் நம்முள் உருக்கொள்ளும் திகைப்பு, பசித்துக் கையேந்தும் சிறுமியின் மார்பைக் கசக்கிக் காசிடும் மானிட இழுக்கை வெளிப்படுத்துவதில் உள்ள கனல் சொற்களின் மீதும்.

தனியளின் உலகம் எத்தகையதாக உள்ளதென்பதற்கு கவிதைகளில் சில சொற்கள் பதச்சோறாக உள்ளன. எரிந்த நினைவையும், கிழிந்த கனவையும் பழங்கந்தலில் தூக்கிட்டவளின் கண்கள் ஆன்மாவின் கிணறுகள் என்பதாக்குவதின் வாழ்வியல் இன்னமும் இருந்துகொண்டிருப்பதன் துயர்களைக் கவிதைகளில் காணலாம்.

ஒரு தற்கொலைக் கடிதத்தின் உதிரிச் சொற்கள்

நிகழ்காலத்தில்
எப்போதும் இருந்தவள் இல்லை நான்
எரிந்த நினைவுகளையும்
கிழிந்த கனவுகளையும் பொத்திப் பாதுகாக்கும்
பழங்கந்தல்
தொங்கும் கால்கள்
எப்படித் துடிக்கின்றன பாருங்கள்
தலையுயர்த்திக் கண்களைப் பார்க்காதீர்கள்
அவை
இருண்ட அடியாழத்தில் மிதக்கும் ஆன்மாவின் கிணறுகள்.

ஒற்றை மழைத்துளியே நம்மை உயிர்ப்புள்ள நிலமாக்கி வைத்திருப்பதன் சூட்சுமத்தைக் கவிதைகள் சொல்லத் தவறவில்லை.

கருப்பைப் பாடல்கள்

விளைவிக்கும் நிலத்திற்கும் விளைந்த பயிருக்குமான பிணைப்பின் காதலை, ஏக்கத்தை, கண்முன் பட்டுக்கொண்டிருக்கும் துயரை, இயலாமையைக் காட்டுவதாக உள்ளன இந்த பிரிவில் உள்ள கவிதைகள்.

குழந்தை விளையாட்டில் தானொரு குழந்தையாவது, யதார்த்த உலகம் குறித்த சரியான புரிதல் இன்றிக் காகிதத்தில் வரையும் உலகமே பொன்னுலகமாக இருத்தல், பெண் அம்மாக்களைப் பிரசவிக்கும் சுழற்சி, இழப்பின் துயர் கூறும் அம்மாக்களின் ஒப்பாரி, பெண்களுக்கும் தையல்காரர்களுக்குமான தொடரும் பந்தமென நடப்புக் காலத்தின் காட்சிகள் கவிதைகளாக விரிகின்றன.

ஜே.கே கடை மாற்றி விட்டார்
வேறு இடம்
வேறு ஆட்கள்

அதே ஜே.கே

மாற்றமேதுமில்லை

அதே புன்னகை

அதே கத்திரிக்கோல்

அதே சாக்பீஸ் கோடுகள்

மேசை கூட மாறவில்லை

அவர் தளர்ந்து விட்டார்

நானும் தளர்ந்து போனேன்

தைத்த ரவிக்கையை

ஒவ்வொரு முறையும் போட்டுக் காட்டினால்தான்

அடுத்தது தைப்பார் என்பதும் மாறவேயில்லை.

தையல்காரர்களுக்கும் பெண்களுக்குமான உறவு அபூர்வமானது. அப்படியானதோர் அபூர்வ கணத்தை உணர முடிகிறது இக்கவிதையில்.

கவிதைகளில் சொற்களின் பிணைவு ருசி நம்மைக் கிறக்கம் கொள்ளச் செய்து மீண்டும் ஒரு முறை வாசித்துப் பார்க்கச் செய்கின்றன. சங்கக் கவிதைகள் வாசிப்பு நீட்சியின் மன உணர்வை உருவாக்குகின்றன. தி.பரமேசுவரியின் திருநெடுங்கோதை தொகுப்பு. நிலம், காலம், சூழல், காத்திருப்பு, தேற்றுதல், தெளிவடைதல் என வெவ்வேறு பயணிப்பின் அனுபவத்தை அசைபோடச் செய்கிறார். பெண்ணொருத்தியிடம் மற்றொரு பெண் கூறும் பெண்பாடுகள், பிரிவின் துயரில் தனித்திருத்தலின் துயரம், வெவ்வேறான மன உணர்வுகளை வெளிக்காட்டும் காதலின் வகைமைகள், கருதாங்கி தரும் சொற்களுக்கும், பரிவு தரும் சொற்களுக்குமிடையேயான சக உணர்வைப் போன்றதோர் உணர்வுக்கும், உருகச் செய்யும் உணர்வுக்குமான வேறுபாட்டைக் கவிதைகள் உணர்த்திக்கொண்டு உள்ளன.

திருநெடுங்கோதை தி.பரமேசுவரி அவர்களை என்றைக்கும் நினைவுகொள்ளச் செய்யும்.

- அம்ருதா

நாவல் என்கிற வார்த்தையின் அர்த்தமே,
புதுமை, புதுசாகச் செய்யப்பட்டது என்பதுதான்.
புதுப் பூச்சு செய்யப்பட்டது. புது உருவம் பெற்றது
என்ற அர்த்தத்தினால் ஆங்கிலத்திலும், மற்ற
ஐரோப்பிய மொழிகளிலும் உபயோகிக்கிறார்கள்.
தமிழில் நவீனம், புதினம் என்று சொல்வதுகூட
இந்த புதுமை அடிப்படையை மனதில்
கொண்டுதான். கவிதை, நாவல், சிறுகதை,
எத்துறையானாலும், இலக்கியத்தரம் ஏற்படுவது
என்பது ஒரு புதுமையடிப்படையாலும், ஒரு
ஒரிஜினாலிட்டி அடிப்டையாலும்தான்

–க.நா.சுப்ரமண்யம்

நிர்வாணம் ஆயுதமாதல்

இச்சன்னல் வழியே தெரிவது
வானத்தின் ஒரு பகுதிதான்
என்றான்.
முழுவானமும் தெரியும் வசமாய்
ஒரு ஜன்னல் செய்ய முடியுமா?

- பிரான்சிஸ் கிருபா.

எந்த ஒரு போர் குறித்தும் முழுமையான பதிவு, உண்மையான இழப்புகள் குறித்த விபரம் வந்துவிடுவதில்லை. அதிகாரபூர்வமாகத் தெரிந்தவர்களும் சொல்வதில்லை. இலங்கையில் நிகழ்ந்த இன அழிப்பொழிப்பு குறித்தும் அப்படியான நிலையே. இலக்கியப் பிரதிகள் மூலம் ஒரு சித்திரத்தை உருவாக்கிப் பார்த்துக்கொள்ளலாம். இலங்கையில் நடந்த மாபெரும் மனிதப் படுகொலை, இன அழிப்பு குறித்து சிறு சிறு பகுதிகள் மூலம் ஒட்டுமொத்த சித்திரத்தை உருவாக்கும் முயற்சியே ஷோபாசக்தியின் எழுத்துகள். இது அவரது ஐந்தாவது நாவல். மடியில் படுக்கவைத்துத் தலைகோதியவாறு கதை கூறும் பாங்கு அவரது மொழிக்கு உண்டு. 'இந்த உலகத்தில் ஒரே ஒரு கதைதான் உண்டு' எனும் சொல்லாடல் நாவலில் அவ்வப்போது வருவதற்கான காரணத்தை நாவல் தன்னுள் கொண்டுள்ளது.

தன் தேசத்திலிருந்து வெளியேறிப் பிற நாடுகளில் அகதியாக அலைவுறுபவனின் வாழ்வில் அமைதி உருவானதா என்பதைத் தேட வைப்பதே 'ஸலாம் அலைக்' நாவலின் கதை.

1950 டிசம்பர் 14 இல் அமைக்கப்பட்டு ஜெனிவாவில் அமைந்துள்ள அகதிகளுக்கான ஐக்கிய நாடுகளின் ஆணையம் என்னும் ஐக்கிய நாடுகள் அமைப்பானது அகதிகளைப் பாதுகாப்பதற்கும், ஆதரவளிப்பதற்கும், அரசின் அழைப்பினாலோ அல்லது ஐக்கிய நாடுகளின் அழைப்பினால் அகதிகளை மீளத் திரும்புவதற்கோ அல்லது மீள் குடியமர்விற்கோ உதவுதலைக் கருப்பொருளாக கொண்டதாகும்.

இவ்வமைப்பு தரும் நம்பிக்கையே தன் தேசத்திலிருந்து தப்பிப் போய்த் தஞ்சமடைந்து எப்படியாகினும் இவ்வுலகில் வாழ்ந்திடலாம் என புலம்பெயரக் காரணமாக இருந்துவிடுகிறது. பிற நாடுகள் சிவப்புக் கம்பளம் விரித்து வரவேற்று வாழ வைத்திடுகிறதா, அகதிக்கான அடையாள அட்டை பெறுதல் அவ்வளவு எளிதாக உள்ளதா என்பதை நாவல் விவரிக்கிறது ஜெபானந்தன் என்பவரின் கதை மூலம்.

கந்தஞானி, சாவித்திரி இணையரின் ஆதரவில் ஜெபானந்தனுக்குக் கிடைக்கும் வேலையைக் கொண்டு உமையாளின் துணையோடு எப்படியும் இத்தேசத்தில் வாழ்ந்திடலாம் என நம்பி அகதிக்கான அடையாள அட்டை பெற அனுப்பும் கோரிக்கைகள் நீங்கள் சொல்லும் காரணங்கள் அரசுக்கு ஏற்புடையதல்ல, நீங்கள் இத்தேசத்தைவிட்டு வெளியேற வேண்டும் எனும் பதிலால் ஏற்படும் வேதனைகளை மீண்டும் மீண்டும் முயற்சிப்பதன் மூலம் நம்பிக்கை எனும் துளிர்ப்பைக் கொண்டு ஒளிந்தோடி வாழ வேண்டி இருப்பதன் துயரைச் சொல்லிவிட முடியாது. நாவலை வாசித்துதான் உணர முடியும்.

"வயிறு முட்டத் தண்ணீர் குடித்தேன். மனம் சற்று ஆறிப்போனது. இந்த மனம் உண்மையிலேயே விசித்திரமானதுதான். சில சமயங்களில் ஒரு கோப்பை நீரிலேயே தணிந்து விடுகிறது. சாவு எதிரே நிற்கும் போதும் இந்த மனம் ஏதோவொரு நம்பிக்கையைப் பற்றிக் கொண்டு விடுகிறது. கடைசி நொடியிலும் ஓர் அற்புதத்தை எதிர்பார்க்கிறது" நாவலில் வரும் இப்பகுதியை வாசித்ததும் கோடான கோடி அகதிகளின் அகத்தில் உருக்கொள்ளும் இத்துளிர்ப்புதான் அவர்களை வாழச் செய்கிறது. ஓடியும்

ஒளிந்தும் வாழ்ந்துகொண்டிருப்பதை உணர முடிகிறது. கொரானா காலத்தில் நோய் முற்றி மருத்துவமனையில் தனித்து தினசரி செத்துக் கொண்டிருப்பவர்களைப் பார்க்கிறபொழுதெல்லாம் எனக்கு இந்நிலை வராது, எப்படியும் குணமாகி வெளியேறிவிடுவேன் எனும் நம்பிக்கை என்னுள் திரண்டிருந்த காலமும் நினைவில் இருக்கச் செய்தது.

உழைப்புச் சுரண்டல் என்பது உலகின் அரிச்சுவடி போலும். ஜெபானந்தன் தான் பார்க்கும் வேலை குறித்து விபரித்துச் செல்வதிலும், முடியப்பனின் கதை மூலமும் அறிந்துகொள்ள முடிகிறது. கடின வேலைப் பளுவால் நேர்ந்த தவறுகாகச் சித்ரவதைக்கு உள்ளான போது அதிலிருந்து தப்பிக்க முதலாளியின் முன் தன்னை நிர்வாணமாக்கி நின்ற முடியப்பனின் செயல் நம்மைத் திகைக்கச் செய்கிறது. எளியவர்களுக்கு நிர்வாணம் கூட ஆயுதமாக மாறத்தான் செய்கிறது.

“தந்தைக்கு முன்பாக மகனை அடிப்பது, தந்தையைக் கொன்றதற்குச் சமானம்” என நினைத்து வாழ்ந்த ஜெபானந்தனின் பிராயத்தில் தன் தந்தையின் முன்னே, தாயும், சகோதரியும் அமைதிப் படையினரால் சிதைந்து போய், அவர்களிடம் இருந்து தப்பி வந்த கதைப்பகுதியை வாசிக்கையில் அரசியல் பிரச்சினைகளைத் தன் படைப்புகளில் வெறும் பிரச்சாரம் என எவரும் ஒதுக்கிட முடியாது, மொழியின் நுட்பத்தோடும், அழகியலோடும் சொல்லிச் செல்வதில் தேர்ந்த ஷோபா சக்தி தன் படைப்புகளை அரசியல் துண்டுப் பிரசுரம் எனச் சொல்வது ஏற்புடையது அல்ல என்பதை நம்மால் உணர முடிகிறது. “அய்யா... வாங்க, வாங்க நாங்கள் இந்திரா காந்தி அம்மாவுக்குதானே ஆதரவு” எனும் சொற்களை வாங்க மறுத்த காதுடையவர்களாக அமைதிப்படையினர் இருந்ததனால் நமக்கும் உண்டான எரிச்சல் “ராசீவ் காந்தி மகிமையைக் காட்டிவிட்டார்” என்பதை வாசிக்கையில் கடந்திட முடிகிறது.

விதைப்பதையே அறுவடை செய்ய இயலும். ஆயுதங்களை விளைவிக்க அகிம்சையை அறுவடை செய்ய இயலுமா?

அகிம்சையால் தன் குறிக்கோளை அடைய முடியும் என உலகுக்கு உணர்த்திய காந்தியடிகளைப் பிறப்பித்த நம் தேசத்தில்

ஆயுதங்களால் சிதைந்த வரலாற்றை வடுவாகக் கொண்ட கதைகள் கொண்ட ஈழம் நமக்கு விட்டுச் சென்றுள்ள படிப்பினைகள் ஏராளம். ஈழத்தில் காந்தியடிகளின் அகிம்சையை ஆயுதமாக்கிப் போராடியிருந்தால் இத்தகைய இழப்புகள் இல்லாது இருந்திருக்குமோ, அகிம்சையை மதித்த பிரட்டீசாரின் இயல்பு சிங்களத்தவர்களிடம் இருந்திருக்குமா?, போராட்டக்காரர்கள் என்ன ஆயுதம் எடுக்கவேண்டும் என்பதைத் தீர்மானிப்பவர்கள் அதிகாரத்தில் இருப்பவர்கள்தானா? எதையும் அறுதியிட்டுக் கூறமுடியாது மனதுள் தத்தளிப்புகளை ஏற்படுத்திக் கொண்டே இருந்தது நாவல்.

போராட்டக்காரர்கள் ஆயுதங்களை நம்பியதில்கூட இருக்கும் நியாயத்தை உணரலாம், ஆனால் அமைதியை உருவாக்கச் சென்ற இந்திய அமைதிப்படையினர் கூட ஆயுதங்களைக் கொண்டுதானே அமைதியை ஏற்படுத்துவதாகச் சென்றார்கள். அவர்கள் மக்களுக்கு இழைத்த நம்பிக்கைத் துரோகங்களை வெப்பமடைந்த உடலோடுதானே வாசிக்க முடிந்தது, ராசீவ்காந்தியை நம்பியவர்கள், இந்திராவை நம்பியவர்கள் நாங்கள் எனத் தஞ்சமடைந்தவர்களைக்கூட விட்டுவிடாது கொன்று குவித்த செயல்களைப் பார்க்க எந்த அறத்தை ஒப்பிடுவது?

ஷோபா சக்தியின் எழுத்துகள் சார்பற்றவை. பாதிக்கப்பட்ட மக்களின் குரல். சிங்கள ராணுவம், புலிகளின் இயக்கம், அமைதிப் படையினரின் தொந்தரவு என மும்முனைத் தாக்குதலுக்குப் பயந்தும் பதுங்கியும் வாழ்ந்த மக்களின் பிரச்சினைகளைத் தொடர்ந்து வெளிப்படுத்துக் கொண்டிருப்பவர். தான் சார்ந்த இயக்கம், அமைப்பு, தனக்குப் பிடித்த தலைவர்கள் குறித்து நாயகத்தன்மை அல்லது குலசாமியாக்கிக் கொண்டாடும் பொதுப்புத்தியோடு இருப்பவர்களுக்கு அமைப்போடும் தலைமையோடும் கருத்து முரண்பாடு கொண்டு தொடர்ந்து அதன் விளைவுகளை எழுத்தில் கொண்டுவந்தபடி இருக்கும் ஷோபாசக்தியின் செயல் தொடர்ந்து விமர்சிக்கப்பட்டு வருவது தவிர்க்க இயலாததாகிறது. இந்நாவலிலும் “வேலுப்பிள்ளையின் வளர்ப்புப் பிழைதான் காரணம்” எனும் கூற்று ஈழப்போராட்டம் குறித்து நம்முள் பல யோசிப்புகளை உருவாக்கிச் செல்கிறது.

நமக்கு விபரம் அறிய நடந்த போர்களால் மனிதகுலம் சருகளவேனும் கூடுதல் பலனைப் பெற்றிருக்குமா? அப்படியிருக்கப் போர்கள் முன்னெடுக்கப்படுவதன் அவசியம் எங்கிருந்து வந்தது? உற்பத்தி செய்த போர்க் கருவிகளைப் பயன்படுத்த வேண்டிய கட்டாயத்தால் போர்ச் சூழல் உருவாக்கப்படுகிறதா? இழப்பின் துயர்களையும், வலியையும், நிலங்களையும், பொருளையும் இழந்து கிடப்பவர்கள் சாமானியர்கள்தாமே, அகதிகளாகப் பிறப்பெடுப்பதும் அவர்கள் தாமே. எளியோரின் வாழ்வைச் சிதைக்கும் போரில் எத்தனாயிரம் குழந்தைகளை இழந்திருப்போம். போர்க் கருவிகள் ஏவுபவனைப் போன்று நேயமற்றவைகள்தானே. குழந்தைகளைக் கொல்லாமல் இருக்குமா? எதற்காக, யாரால் கொல்லப்படுகிறோம் என்பதைக் கூட அறியாது இறந்துபோவோர்களின் கண்களை எப்பதிலைக்கொண்டு மூடப்போகிறோம். தலைமுறைகள் கடந்தும் நோய்மை பீடிக்கச் செய்யும் போர்கள் எதற்காக? நம்முள் நிறைய கேள்விகளை உருவாக்கியபடியே செல்கிறது நாவல்.

ஆன்மா, உடல், பாஸ்போர்ட் என மூன்று மூலகங்களைக் கொண்டது அகதிகளின் உயிர் என்கிறார். உங்களது ஆன்மா இருண்டு போய் இருக்கலாம், உடல் சிதைந்து போய் இருக்கலாம், உங்களிடம் செல்லும்படியான பாஸ்போர்ட் ஒன்றிருந்தால் எதையும் கடந்து செல்ல முடியும் என்கிறார். அடிக்கடி அடையாளத்தை பதியவேண்டி இருப்பதற்காகத் தன் பத்து விரல்களையும் அயர்ன் பாக்சில் தீய்த்துக் கொண்டவரின் கதையை வாசிக்கையில் தன்னிச்சையாக விரல்களைத் தடவிப்பார்க்கச் செய்தது.

தொடர்ந்து துயரோடு வாழும் ஜெபானந்தனுக்குக் கிடைத்த பாஸ்போர்ட் ஒன்றில் தலையை மாற்றி பிரான்சு செல்ல அங்கும் உண்மையறிய மீண்டும் தன் துயர்வாழ்வைத் தொடரும் ஜெபானந்தனைப் போன்று எண்ணற்றவர்கள் வாழ்ந்துகொண்டுதான் இருப்பார்கள். அது அவர்களுக்குப் பழகிப்போய் இருக்கக் கூடும். இப்படியானவர்களும் உலகில் வாழ்ந்துகொண்டுதான் உள்ளார்கள் என்பதை அறியத்தருகிறார் ஷோபாசக்தி. என்றாவது அவர்களின் வாழ்வில் அமைதி

உண்டாக நாமும் ஒருமுறை சொல்வோம் ஸலாம் அலைக்.

நாவலை வாசித்து முடித்ததும் ஒசூர் அருகிலிருக்கும் கெலவரப்பள்ளி அணையிலிருக்கும் அகதிகள் முகாமில் இருப்போருக்காக நாம் என்ன செய்துள்ளோம், நம்மை நம்பி வந்தவர்களை என்னவாக வைத்துள்ளோம். திறந்தவெளிச் சிறைக்கூடமாகத்தானே இருக்கிறது. இனப்பற்று, மொழிப்பற்று என பேசிக்கொண்டிருப்பதிலிருக்கும் உண்மைத்தன்மை குறித்துக் குற்ற உணர்வையும் நாவல் ஏற்படுத்திச் செல்கிறது.

- அம்ருதா

வாதி எனும் வாழ்வியல் வாதை

என்றேனும் ஒருநாள் சமதர்மம் பூக்கும் எனும் நம்பிக்கையோடு ஒரு பிரதேச மக்களின் வாழ்வியல் வாதையை, அந்நிலத்தின் பூர்வ கதையை நமக்குச் சொல்லிச் செல்கிறது நாராயணி கண்ணகியின் 'வாதி' நாவல்.

தன்னைவிட புத்திசாலியாக இருப்பவனைக் கண்டால் அதிகாரத்திற்கு பிடிக்காது. மந்தைத் தன்மையோடு என்றும் கேள்வி கேட்காது, தங்களை மட்டுமே நம்பி வாழும் தலைமுறைகளை உருவாக்கியபடியே இருக்கும். உயிர் மற்றும் வாழ்வியல் பயத்தால் நமக்கேன் வம்பு என வாழப் பழகிக் கொள்ளும் மக்களில் இருந்து ரோசத்தோடு அதிகாரத்திற்கு எதிராக ரோசப்பட வைப்பவர்கள் நக்சலைட், கம்யூனிஸ்ட், தீவிரவாதி என முத்திரையிட்டு அவர்களின் வாழ்வை அழிப்பதில் அதிகாரம் எப்பொழுதும் தீவிரத்தன்மையோடு இயங்கும். வாழ்வெனும் நீரோடையில் சருகு வீழ்ந்த அலைவுகளைக்கூடப் பொறுத்துக்கொள்ளாத ஆண்டைகள், ஜமீன்கள், பண்ணையார்கள் எதையும் செய்பவர்கள் என்பதற்குச் சாட்சியாக வாதி நிற்கும்.

'ஊறுகாய்க்காக மாங்காயை பத்தை போடுவது போல் உதடுகளைப் பனி கீத்துபோடும். ஜனங்கள் ஆண்டைகளுக்கு நடுங்குவதைப்போல் பனிக்கு நடுங்கியாக வேண்டும்' என்பதிலிருந்து ஏலகிரி, ஜோலார்பேட்டை பகுதியின் சூழலையும், வாழ்ந்த மக்களின் நிலையையும் அறிந்து கொள்ள முடிகிறது.

உரலுக்கு ஒரு பக்கம் இடி, மத்தாளத்துக்கோ இருபக்கமும் இடி எனும் சொல்லாடல் உண்டு. இங்கு காலமற்று திசையற்று பேதமற்று எங்கும் எப்பொழுதும் வாதைக்குட்படுபவர்கள் பெண்களே. நாம் சொல்லிக்கொள்ளும் வளர்ந்த சமூகத்தின்

நிலையே தொடர் துயரமாக இருக்கையில், ஜமீன்தாரர் காலத்தில் சொல்லவா வேண்டும். அவரின் கண் பட்டோர் களங்கப்பட்டே தீர்வர். ஊரில் யார் வீட்டிலாவது பெரிய மனுஷியான தகவல் வந்தால் ஜமீன் வீட்டிலிருந்து சீர் தட்டு வந்திடும். அப்பெண் பங்களாவிற்குள் சென்றாகவேண்டிய கட்டாயம் குறித்து நாவலில் வாசிக்கும்போது நம்மையும் மீறி கண்களில் நீர் துளிர்க்கும்.

ஊருக்குள் பாடம் நடத்த வரும் டீச்சரின் நிலையோ பெரும் துயர். பால் மறக்கடிக்க வேப்பிலை பூசிய மார்புக்கண்ணைக் கூட விட்டுவிட மனம் இல்லாது கழுவி வரச்செய்து கட்டாயக் கலவிகொள்ளுதல் தொடர்கதை. ஒருநாளும் மனம் விரும்பிப் போகாதிருப்பதே எதிர்ப்பு உணர்வாகப் பார்க்க வேண்டியிருக்கிறது.

ஊராரின் கண்களில் தேவதையாக மிதக்கும் தனத்தை ஜமீன்தார் விட்டுவிடுவாரா என்ன? இயலாமையும், எதிர்கொள்ள இயலாத சூழலுமே தனத்தை அவரோடு இணங்கி இருக்கச் செய்திடுகிறது. ஐந்துமாத கர்ப்பிணியாக இருந்தபோதும் பிறந்தால் என் ஜாடையோடு குழந்தை இருக்குமென கலைத்திடக் கட்டாயப்படுத்த, தனத்தின் இழப்பு நம்மையும் கலங்கச் செய்திடுகிறது.

“நாக்கு வறண்டு போயி தாகம் எடுத்தாலும், யார்கிட்டயும் தண்ணி கேக்கறதில்ல. புழக்கடத் தண்ணியக் கொண்டாந்து கொட்டாங்கச்சில ஊத்தி தர்றாங்க” ஆதி தொட்டு வளர்ந்தபடியே இருந்துகொண்டுதான் இருக்கிறது சாதி வேர். அது எங்கும் இற்றுப்போய்விடவில்லை. காலமாற்றத்திற்கேற்பத் தன்னைப் புதுப்பித்துக் கொண்டு நீண்டபடியேதான் இருக்கிறது. சாதி எனும் கீழ்மையோடு இருப்பவர்களுக்காகவும் சேர்த்தேதான் இயக்கம் கட்ட வேண்டியிருக்கிறது. அடிக்கடி கட்சி வகுப்புக்காகக் கூடுதல், பெண் தோழர்களின் பங்கெடுப்பில் உருக்கொள்ளும் சிக்கல்களைப் பேசுதல், பங்கெடுக்கும் தோழர்களிடையே இருக்கும் கருத்து முரண்பாடுகளை விவாதத்திற்கு உட்படுத்துதல், ஜமீனை அழித்தொழிக்கப் பயிற்சி எடுத்தல், அவ்வப்போது நிகழும் போலிஸ், மக்களுக்கான பிரச்சினைகளை முன்னின்று தீர்த்துவைத்தல்

என கதை நிகழ்ந்த காலத்தின் கம்யூனிஸ்டுகளின் நிலையை நாவலில் விரிவாகவே பதிவு செய்து உள்ளார். வகுப்பெடுக்கும் தோழரின் ஆளுமைக்கேற்ப அப்பகுதியின் செயல்பாடு இருக்கும் என்பதை உணர முடிகிறது.

“பயத்திலேயே ஒங்கள வெச்சினு இருக்கறான். பயம் போவணும், உங்க எல்லாருக்கும் என்னிக்குப் பயம் போவுதோ, அன்னிக்கு ஜமீன் போயிரும்” என்று நாவலில் வரும் வக்கில் கிருஷ்ணனின் குரல் அன்றைக்கானது மட்டுமல்ல, இன்றைக்கானதாகவும் இருக்கத்தானே செய்கிறது. பயம் வெவ்வேறு வகைமையாக நம்மை வந்தடைகிறது. நம் பயமே பிறரின் மூலதனமாக மாறுகிறது. மருத்துவத்துறை, கல்வி, அரசு என எல்லாத் துறைகளும் மக்களின் பயத்தால்தான் இயங்கிக்கொண்டிருக்கின்றன. ஜமீன்கள்போலீஸ் அதிகாரிகளைக் கொண்டு மக்களை பயத்தில் வைத்திருந்தனர். அதற்காக ஜமீன்களால் போடப்பட்ட எலும்புத்துண்டு உயர்ரக மதுவும், நடிகைகளின் நிர்வாண நடனமும். இதற்காகத்தான் தவறெனத் தெரிந்தும் இயக்கத்தில் இருந்தவர்களை அழித்தொழிப்பு செய்துள்ளதை வலியோடு வாதியில் பதிவு செய்துள்ளார்.

ஒருவன் ஒன்பது பேரை அடிப்பதையே நாயகன் எனச் சித்தரித்த சினிமாவை நம்பியவர்கள் நம் தலைமுறையினர். ஆனால் தாங்கள் வாழும் ஊரின் மக்களின் நலம் பொருட்டு வாழ்ந்த, வாழும் நாயகர்கள் இருக்கத்தான் செய்கிறார்கள், வாதி நாவலில் வரும் நடராஜன் அசாத்தியங்கள் நிறைந்த நாயகன். கரணம் தப்பினால் மரணம் என்பதையும் பொருட்படுத்தாமல் ஓடும் கூட்ஸ் ரயிலில் ஏறி உள்ளிருக்கும் மூட்டைகளைத் தள்ளிவிட்டு அதிலிருக்கும் தானியங்களை மக்களுக்குப் பகிர்ந்தளித்துப் பசியடங்கிய முகம் கண்டு மகிழக் கூடியவன். போலிஸ்காரர்கள் சிறைபிடித்துச் செல்லும்போது கூட இனி இந்த மக்கள் பசிக்கு என்ன செய்வார்கள் எனும் யோசனையில் சென்ற நடராஜண்ணனை மரணிக்கச் செய்தாலும் அவ்வூராரின் மனதில் பிறந்து மனதில் இறந்தவனை நம்முள் பிறக்கச் செய்திடுகிறது நாவல்.

“ஜமீன்தார் எங்கள சாட்டையில அடிச்சான். கன்னத்துல அடிச்சான்... வெறகுல குத்துனான், தாங்கிட்டோம். மதகத்

தொறந்து ஒரே ராவுல ஏரித் தண்ணிய வடிச்சான். பொழுது வெடிஞ்சி ஏரிக்குப் போனா மீனுங்க மொத்தமும் செத்துக் கெடக்குது. மீனுங்கள தூண்டி முள்ளுல புடிச்சா தொண்ட வலிக்குமென வல போட்டுத்தான் புடிப்போம். வலிக்குத் துடிக்கக் கூடாது. மீனுங்க எப்புடி துடிச்சியிருக்கும், அவனும் ஒரு நாளைக்குத் துடிதுடிக்கணும்'' என அவ்வூர் மக்களுக்குக் கோபம் இருந்துகொண்டுதான் இருந்தது.

இயக்கத்தில் இருந்தவர்களுக்கு வேறு வழியற்று ஜமீனை அழிக்க டீச்சர்வீட்டையே தேர்வு கொள்ளவேண்டியதாகிவிட்டது. ஜமீன்தார் அழிந்தாலும், அவர்களுக்குள் கால ரணமாகத் தங்கிப்போனது டீச்சரும் குழந்தையும் அழிந்தது. கதை உண்மையாக இருந்தபோதும் நாவலில் நாராயணி கண்ணகி டீச்சரையும், குழந்தையையும் காப்பாத்தி இருக்கலாமேயென மனம் ஆசைகொண்டது. நடந்து முடிந்தவற்றை ஏற்றுக்கொள்ளத்தான் வேண்டியிருக்கிறது.

நாம் பிறந்த அல்லது வாழும் ஊருக்கென்று எதாகினும் வாய்வழி வரலாறு இருந்தால் நாம் அதை ஏதாகினும் கலை வடிவத்திற்குக் கொண்டு வருவதே அறச் செயலாகும். திருப்பத்தூர் மாவட்டத்திலிருக்கும் ஜோலார்பேட்டையில் நிகழ்ந்த சம்பவங்களை நாரயணி கண்ணகி வாதி நாவலில் வரலாறாக்கியுள்ளார்.

- புத்தகம் பேசுது

ரோமுலஸ் விட்டேகரெனும் முறி மருந்து

"காடு தொல்குடிகளோடு பேசும். தொல்குடிகள் காட்டோடு பேசுவார்கள். ஓடை நீரும், ஊற்று நீரும், ஆற்று நீரும் இவர்களோடு பேசும். அது மட்டுமா, பூச்சிகள், பறவைகள், விலங்குகளும் பேசும். இன்றுவரை நம்மிடையே புழங்கிக்கொண்டிருக்கும் ஈசாப் கதைகளில் எப்படி எல்லா உயிரினங்களும் பேசுகின்றன? அதை எப்படிக் குழந்தைகள் நம்புகின்றன? நாம் குழந்தைகளாக இருந்தபோது அதை நம்பினோமே? இப்போது ஏன் நம்புவதில்லை? வளர்ந்து விட்டோம். அறிவில் வளர்ந்து விட்டோம்."

– நக்கீரனின் காடோடி நாவலில்.

நம் அறியாமையின் பட்டியலை நீண்டுகொண்டிருக்கச் செய்கிறது வாசிப்பு. அறியாமையே ஆர்வத்தை மேலிடச் செய்து புது உலகத்தின் வாழ்வியலை வியப்பின் வழியலோடு கரைந்துபோகச் செய்கிறது. பாம்பு மனிதன் ரோமுலஸ் விட்டேகரின் வாழ்க்கைப் பயணம் நூலை வாசிக்க அதை மேலும் உணர்ந்துகொள்ள முடிந்தது. Zai whitaker ஆங்கில மூலத்திலிருந்து தமிழாக்கம் செய்த தோழர் கமலாலயன் மொழி சிக்கலில்லாது சுவாரஸ்யமான வாசிப்பை அனுபவிக்கச் செய்திடுகிறது. இம் மொழிபெயர்ப்பு அவருக்கு நிறைவைத் தந்திருக்கக் கூடும் என்பதை உணரமுடிகிறது.

ரோமுலஸ் விட்டேகரை மனம் நாயகனாக ஏற்றுக் கொண்டாடியது. சாகசங்களும் சவால்களும் மிக்க வாழ்வை வாழ்ந்ததோடு மட்டுமல்லாது நமக்குப் பெரும் கொடையைத் தந்துள்ளது அவரது பயணம். நமக்கது புதுக் கற்றலைத் தந்தபடியே இருக்கிறது.

குழந்தைகளை ஆச்சரியப்படுத்த, அதிசயத்து மகிழ்வோடு இருக்கச்செய்யும் பாம்புப் பண்ணை, முதலைப் பண்ணைகளை நிறுவியவர் ரோமுலஸ் விட்டேகர். நம்மோடு இப்படியான உயிரிகளும் வாழ்ந்து கொண்டிருந்தன. நம் பேராசையால் இவற்றையெல்லாம் அழித்துவிட்டோம் எனக் குழந்தைகளிடம் பாவ மன்னிப்புக் கேட்க இப்பண்ணைகளில் இருக்கும் உயிரிகள் மட்டுமே மிச்சமிருக்கும் காலம் வெகு தூரத்தில் இல்லை எனும் உண்மை கசக்கத்தான் செய்யும்.

நம்முள் பயம்கொள்ளச் செய்ய உருவம் தேவையில்லை பாம்பு எனும் ஒற்றைச் சொல் போதும். அப் பாம்புகளின் வகைமைகள், வாழ்வு குறித்துக் காட்சிப்படுத்தும் இந்நூலில் எதையும் அறிந்து கொள்ளாது அறிவியல் பார்வையற்று ஊடகங்கள் நமக்குள் ஊற்றிவைத்திருக்கும் மகாமட்டமான விஷங்களை நம்மிலிருந்து முறிவு கொள்ளச் செய்திடுகிறார் ரோமுலஸ் விட்டேகர்.

இவ்வுலகம் நமக்கு மட்டும்தான் எனும் திமிர்த்தனம் எல்லாவற்றையும் அழிக்கச்செய்கிறது. காடுகள், மலைகள், குளம், குட்டைகளோடு, பாம்புகள், முதலைகள், ஆமைகள் என எதையும் விட்டுவைக்கவில்லை. ரசனையற்று, இயற்கை குறித்த கற்றலற்ற சமூகமாக உள்ளது. இயற்கையை, சக உயிரிகளை நேசிக்கக் கற்றுத்தராத பாடத்திட்டமும் அரசியலும் அவலம். நடந்த தேர்தலில்கூட இதுகுறித்த அறிக்கை எந்தக் கட்சியிடமும் இல்லாதது துயரமே. மிச்சமிருக்கும் உயிரிகளையும் இயற்கையையும் வளரும் சந்ததியினரிடம் நேசிக்கக் கற்றுக்கொடுக்கும் முயற்சியை முன்னெடுக்கத் தூண்டுகிறது இந்நூல். அல்லது அவர்களிடம் இயல்பாகவே உள்ள ஆர்வத்தைப் பொசுக்கிடாமல் பாதுகாக்கச் செய்யும்.

காட்டுவாசிகள் என ஏளனமாக பார்க்கப்படுபவர்களே இயற்கையை காப்பாற்றுபவர்களாக இருக்கிறார்கள் என்பதற்கு இதுவே சாட்சியாக இருக்கும். “நான்கு மிகப் பெரிய நச்சுப்பாம்புகளை ஓர் இருளர் கூட்டுறவுச் சங்கம் என்ற அமைப்பின் உறுப்பினர்கள் பிடித்து வருவார்கள்; பின், அவற்றிலிருந்து பலமுறை நஞ்சு சேகரிக்கப்பட்ட பிறகு, மீண்டும் காடுகளிலேயே அவற்றை விடுவித்திட வேண்டும்”.

எதைக் கண்டாலும் எதிரியாகப் பாவித்து அடித்துக்கொள்ளும் மனப்போக்கு கொண்ட நாம் யார் என்பது குறித்த கேள்வி எழத்தான் செய்கிறது. இயற்கை எப்பொழுதும் தன்னைத்தானே சமநிலைப்படுத்திக்கொள்ளும். ராஜ நாகம் குறித்த இவரின் கூற்று உண்மையை உணர்த்துகிறது.

ராஜநாகம் மிகவும் அறிவான பாம்பு. கேரளா மற்றும் கர்நாடகாவில் அவற்றின் எண்ணிக்கை அதிகம். ராஜநாகங்கள், பாம்புகளை மட்டும்தான் சாப்பிடும். வேறு எதையும் சாப்பிடாது. ஆபத்தான பாம்புகளின் எண்ணிக்கையை அவை கட்டுப்பாட்டில் வைத்திருக்கின்றன. ராஜநாகம் நமக்கு நண்பன்.

முதலையை முதன்முதலாகப் பள்ளிச் சுற்றுலாவின்போது கண்டது. வசீகரிக்கும் உருவம் கொண்ட விலங்காக இல்லாததால், பெரிதாக அதன்மீது ஈர்ப்பு ஏற்படவில்லை. அதன் வாழ்வு குறித்த விட்டேகரின் விவரிப்பை வாசிக்க முதலைகள் மீது பிரியம் சுரக்கிறது. சிந்தனை முழுக்க பெரும் சிக்கோடுதான் வாழ்கிறோம் என்பதை அறியச் செய்தது இந்நூல்.

“ஓர் ஆற்றிலிருந்த முதலை முட்டைகளை வெளியேற்ற முடியாமல் சிரமப்பட்டது. தன் இணை முதலையிடம் உதவிக்கு யாரையாவது அழைத்துவரக் கோரியது. அங்கு வேறு முதலைகள் இல்லாததால் கரைக்கு வந்த ஆண் முதலை அங்கிருந்த முருட் பெண்மணியிடம் உதவி கேட்க, தயங்கிய பின் ஒத்துக்கொண்டு முதலையின் வாலைப் பிடித்துச் சென்று முட்டைகளை வெளியேற்ற உதவினாள். இதனால் முதலைகள் முருட் இன மக்களை கடிப்பதில்லை என்ற கதை நக்கீரனின் காடோடியில் வாசித்தது நினைவிற்கு வந்தது. இது எனக்கு எக்கொடிய விலங்குகளிடமும் நேசிப்பைச் செலுத்த முடியுமெனத் தோற்றுவித்தது. மேலிருப்பது கதை என்றால் கீழிருக்கும் உண்மை நம்மை வியப்பில் ஆழ்த்தும்.

“தாய் முதலை செய்ய வேண்டிய எல்லாக் கடமைகளையும் அந்த பெரிய, பொதுவாக பொறுப்பேற்க விரும்பாத ஆண் முதலை தானே முன்வந்து செய்தது. புதிதாகப் பொரித்த குஞ்சுகளுள் ஒன்று முட்டை வளையினருகே ஒரு வெற்றிடத்தில்

விழுந்துவிட்டது. அந்த ஆண் முதலை, தன் வாயில் அதை ஏந்திச் சென்று தண்ணீருக்குள் மெல்லக் கீழே நழுவி விழுமாறு செய்தது. முட்டை வளையைத் தோண்டுவதில் ஓர் ஆண் முதலை பங்கேற்பதை அன்றுதான் பார்க்க முடிந்தது". என்றிருந்ததை வாசித்ததும் முதலைகள் நெருக்கம் கொள்ளத் தொடங்கின. எல்லா உயிரினங்களிலும் ஆண்தடித்தனத்தோடுதான் வாழும் போலும்.

நாம் செய்வது தவறு என்பதை ஒப்புக்கொண்டு காட்டுயிர்களை நேசிக்க குழந்தைகளின் மனநிலை நமக்குத் தேவையாக இருக்கிறது. ஏழுகடல் ஏழுமலையைக் கடந்து ஒரு சிப்பியுள் அடைக்கப்பட்டிருக்கும் உயிர் அல்ல குழந்தைகளின் மனப்போக்கு. அது நம்முள் எப்பொழுதும் இருந்துகொண்டுதான் இருக்கிறது. நாம் அதைக் கண்டுகொள்ள மறுக்கிறோம் என்பதை உணரச் செய்து, தோழமை உணர்வோடு எல்லா உயிரிகளையும் அனுகச் செய்கிறது ரோமுலஸ் விட்டேகர் வாழ்க்கைப் பயணம்.

- கனலி

இனி இல்லாமலாகட்டும் 'சாமி எசமாங்களே ராசாங்கமே'

இதெல்லாம் சாத்தியமா? இப்படியெல்லாம் நடக்கக்கூடுமா? வாழ்ந்து மடிந்தவர்கள் இப்படியும் கூட இருந்திருப்பார்களா? இப்படியானவர்களைப் பிறக்க வைத்து வாழ்ந்து மடியச் செய்யும் காலத்திற்குட்பட்டதை மொழி எவ்வாறு எழுத்துகளாக மாற்றுகிறது. இது இதனால்தான் என அறுதியிட்டுக் கூற முடியாத புதிர்த்தன்மையை எழுத்துகள் வைத்துக் கொண்டிருப்பதன் ரகசியம் யாருக்கேனும் புலப்படக் கூடுமோ? புலப்படும் தருணத்தைக் கண்டடைந்தவர்களின் விடியல் எத்தகைய இன்பத்தைக் கொடுக்கும். இன்பம் திகட்டத் தொடங்கிச் சலிப்படையும் காலத்திற்குமுன் இல்லாது போய் விடுதல் அபூர்வம்தானே. ஒருவரின் மனதுக்குள் குளமாக, ஆறாக, கடலாக மொழி உருக்கொண்டபடி இருப்பது எதனால். யோசிக்க அதன் புதிர்த்தன்மை கெட்டித்துக்கொண்டே இருக்கும் படைப்புகள் வந்துகொண்டுதானே இருக்கிறது!. அப்படியான படைப்பாக வந்திருக்கிறது தேவிபாரதியின் 'நொய்யல்' நாவல்.

வேரோடு பிடுங்கி இழுத்து வந்த மரத்தைக் கரை ஒதுக்கிச் சென்று கொண்டிருந்தது ஆறு. வேடிக்கை பார்த்தபடி மரத்திலிருந்த இலைகளைப் பறித்த சிறார்கள் ஆளுக்கொரு 'பீப்பி' செய்து ஊதிக்கொண்டு சென்றுகொண்டிருந்தனர். ஒவ்வொரு பீப்பியிலிருந்தும் நொய்யல் ஓடும் பகுதி மக்களின் கதைகளைக் கேட்கத் தொடங்கிடுகிறோம். தேவிபாரதியின் நொய்யல் நாவலை வாசித்து முடித்ததும் இப்படியான சித்திரம் ஒன்று மனதுள் உருக்கொண்டது.

ஊருக்கு ஒதுக்குப்புறமாக ஓடிக்கொண்டிருக்கும் தனித்த ஒன்றல்ல ஆறு. ஊரின் உயிர். ஊரில் வாழ்வோருக்கெல்லாம் அதனோடு உறவுண்டு. தாய், தந்தை, சிநேகியென அவரவரின் தேவைக்கேற்ற உறவாக உருமாற்றம் கொள்ளும். ஒவ்வொருவரின்

உடலின் ரகசியம் அறிந்தது ஆறு. உடல் கழிவோடு மனக் கழிவையும் அகற்றக் கூடியது. வாசிப்போரைத் தன் பிரதேச ஜீவன்களாகக் கொள்ளும் தன்மை ஆற்றுக்கு உண்டு. நம்மையும் அப்படித்தான் சுழற்றி அணைத்துக் கொள்கிறது.

பேரிரைச்சலோடு வரும் நொய்யலின் பாய்ச்சலை எதிர்கொள்ளும் உடல் மற்றும் மனவலுவோடு இருக்கும் அப்பகுதி மனிதர்களின் சாமர்த்தியத்தையும் காட்சிப்படுத்தும் நாவலில் தேவனாத்தா எனும் சிறு தெய்வத்தின் கதையோடு சென்னி மூப்பன் சொல்லும் கதை நம்மையும் கரையில் அலைவுகொள்ளச் செய்திடுகிறது.

ஊரென்பது சாதிய அடுக்குகளால் பிளவுபட்டும் பிணைந்தும் கிடக்கக் கூடியது. உயர்சாதி எனும் நினைவு எதையும் செய்யத் துணிவு கொண்டது. அறம் அறியாதது. அடுக்குகளுக்குள் பின்னப்பட்ட வலையைத் தாண்டவிடாது பார்த்துக்கொள்ளக் கூடியது. சாதித் தொழில் துறந்து தன் முனைப்பில் எதையாவது கற்றுக்கொண்டாலும் அதைச் செய்யவிடாதிருக்க எத்தகைய இழிசெயலையும் செய்யக்கூடியது. “நாலூறு செரச்சு எட்டூறு எரந்து குடிக்கற எச்சக்கலைக்குப் படிப்பு கேக்குதாக்கு” என திட்டிக்கொண்டிருப்பவர்கள் மத்தியில் குமரப்ப நாவிதன் பண்டிதனாக உருக்கொண்டதை சகிக்காது, நாய்க்குண்டியைச் செரைக்கவைத்துப் பரிகாசப்படுத்தியதை வாசிக்க நினைவில் உண்டான வலியே தங்கமுடியாதிருக்க, நிஜத்தில் அனுபவித்தவர்களின் துயர் எத்தகு வலி மிக்கது என்பதை உணர்த்திச் செல்கிறது தேவிபாரதியின் மொழி. குமரப்ப நாவிதர் பண்டிதனாகவும், ஆகச் சிறந்த ஜோதிடனாகவும் மிளிரச் செய்திருப்பது ‘சாமி எசமாங்களே ராசாங்கமே’ என்பதினி இல்லாது போய்விடும் என்பதற்கான நம்பிக்கையை அளித்தது. ஏரிக்கரையில் மதிய நேரங்களில் வேட்டியை இரு கைகளால் மறைத்துப் பிடித்திருக்க உள்ளே உட்கார்ந்தபடி சிரைக்கும் காட்சிகளை நகைத்தபடி கடந்த சிறார் பருவகாலம் நினைவில் தோன்ற மிகுவலியில் வாசிக்க இயலாதிருந்ததும் ஏற்பட்டது. ஓட்டப்பந்தயத்தில் முதன்மையாக ஓடிக்கொண்டிருப்பவனை பிடித்திழுத்துக் கால் நரம்பொன்றை அறுத்துவிட்டு ஓடச்செய்து வலியின் வேதனையைக் கண்டு

குதூகலித்திருந்த மனிதக் கூட்டங்களின் குரூரத்தின் வீச்சத்தைக் காலம் கடந்தும் நாசியைப் பிடித்துக் கடக்கவேண்டியதாக இருக்கிறது.

நல்லதங்காள் கதைபோன்று காரிச்சி, குமரப்ப பண்டிதன், தேவனாத்தா கதை என நாட்டார் வழக்காற்றியல் தன்மையுள்ள நிறைய்யக் கதைகளை நாவல் கொண்டுள்ளது. ஊரார்களின் கதையை ஊரின் மொழியில் சொல்லப்பட்டிருப்பது கதைகளின் மீதான நம்பகத்தன்மையும், கதைகள் நம்மைக் தொந்தரவு கொள்ளவும் செய்கின்றன. கிராமங்களில் புதையுண்டு கிடந்த கதைகள் நாவல்களாக வந்தடைதல் வழி முன்னோர்களின் வாழ்வியல் துயர்களை அறிந்துகொள்ள முடிகிறது.

கிராமங்களில் கள்ளத்தனம் மிக்க காமக் கதைகள் நிறைய உண்டு. அதுவும் திருவிழாக்களில் நிகழும் காமத் திருட்டுக்கதைகள் ஆண்டு முழுமையும் உலவிக் கொண்டிருக்கும். கட்டற்ற காமம் எதையும் செய்யச் செய்யும். மனிதாபிமானம் மண்ணாங்கட்டிகளாக உதிர்ந்து கிடக்கும். விரைத்த குறியை வம்படியாக வாயில் திணித்துத் தன் தினவு தீர்த்த சம்பவங்கள் நிறைய்ய உண்டு. நாவலில் காட்டப்பட்டிருக்கும் ஒன்றே உயிர் வதைக்கும் வாதையை ஏற்படுத்திச் செல்கிறது.

மனித்தன்மையற்ற காமத்தால் மதிகெட்டுத் திரியும் போக்கைக் குமாரசாமி, சாமியாத்தாள், பூபதி பாத்திரங்கள் வழியே நிகழும் வெறியாட்டத்தை அப்பகுதியின் பொதுத்தன்மையாக மாற்றம் கொள்ளாதிருக்கச் செய்திருப்பதும் நாவலில் கவனிக்கத்தக்கதாக இருக்கிறது.

அடிபட்டுத் தப்பிய பாம்புகள் அடித்தவரை நினைவில் வைத்து என்றாவது அவர்களைக் கொத்திவிடும் எனும் பேச்சு உண்டு. ஒருவிதத்தில் உண்மையும் கூட. பத்தாம் வகுப்புப் படிக்கையில் சேக்காலிகளோடு தூரமாக இருக்கும் கிணற்றில் குளிக்கச் செல்வதுண்டு. அப்படியானதொரு நாளில் பாதையில் கண்ட பாம்பைக் கல்லெடுத்து எறிந்தேன். வாலில் அடிபட்டுத் தப்பியோடியது. இனி உஷாராக இரு அது உன்னைக் கொத்த வரும் என பயமுறுத்திவிட சிறிது காலம் பாம்பு துரத்துவதாக நினைத்துப் பயந்து திரிந்தேன். இரவில் தினந்தோறும் கனவில் பாம்பிடம் கடிபட்டுக்கொண்டிருந்தேன். நினைவும், கனவுமே

பாம்பு நம்மைத் தீண்டுவதற்குச் சமமானதாகிவிடுகிறது. இந்த அனுபவம்தான் இப்படியானதொரு பேச்சை உருவாக்கி இருக்கக் கூடும். நாவலில் சாரைப் பாம்பு குறித்த கதைப் பகுதி நல்லோட்டமாக இருந்தது.

உருவாக்கத்தில் இருக்கும் பாடுகளை உருவாக்கியவர்களே உணர்வர். உருவாக்கம் உள்ளவரைதான் பாடுகளுக்கான உயிர் இருந்துகொண்டிருக்கும். காணாமலாக்கி வேறொன்றை உருவாக்கிட, எல்லாமுமே காலமானதாகிவிடுகிறது. நம் காலத்தில் கிணறுகளும், ஏரி, குளங்களும் மரணித்துக் கட்டிடங்களைப் பிறப்பித்துள்ளன. கிணறு உருவாக்கத்தில் இருக்கும் வலிகளும், இழப்புகளும், நம்பிக்கையும் கிணறு இருக்கும் வரைதான் வாய்மொழிக் கதைகளாக இருந்துகொண்டிருக்கும் என்பதை நாவலில் நெடும் பகுதியாக இருக்கும் கிணறு வெட்டும் கதை நம்முள் மிகுந்த வலியை உருவாக்கிச் செல்கிறது. கிணறு இருந்த இடங்களில் இருக்கும் கட்டடங்களைப் பார்க்கும்போதெல்லாம் கிணற்று நீரின் சலசலப்பு நினைவுக்கு வந்துகொண்டிருந்தது. காலப்போக்கில் கிணற்றை நினைவும் மறந்துபோகத் தொடங்கிவிடுகிறது. நாவலில் இருக்கும் இப்படியான சின்னச் சின்ன சம்பவங்கள் நம்முள் நோய்மையை உருவாக்கிச் சென்றுவிடுகிறது.

நாவலில் தேவிபாரதி அக்கால மாந்தர்களின் கதைகளை மட்டுமல்லாது, அவர்களுடனாக இருந்த மரங்கள், செடி கொடிகள், பறவைகள், விலங்குகள், பாம்புகள், மீன்கள் என அவ்வூர்களில் இருந்த எல்லாவற்வையும் பெயர்களோடும், அதன் தன்மைகளோடும் நாவலின் போக்கில் கதையோடு கதையாகச் சொல்லியிருப்பது குறிப்பிடத்தக்கதாக உணருகிறேன்.

கி.பி.ஏழாம் நூற்றாண்டில் அப்பர் தேவாரத்தில் கூறப்பட்டிருக்கும் "சென்று நாம் சிறு தெய்வம் சேரோம் அல்லோம்" என்பதன் நீட்சியாக இருக்கும் சிறு தெய்வமான தேவனாத்தா நொய்யல் பகுதியினரைக் கட்டுக்குள் வைத்திருக்க யாரின் மேலாவது மருள் வந்து பெரும் ஆட்டத்தை நிகழ்த்துவதும், சூறைக் காற்றைப் பயங்கொள்ளச் செய்யும் ஒன்றாக நாவலில் மாற்றம் கொள்ளுதலும் நாவலில் சுற்றும் கதைமாந்தராகிவிடுகிறது.

பூவுக்கு மட்டுமல்ல, புற்களுக்கும் வாசனையுண்டு. "கொழுக்கட்டிப் புற்களின் மணம் வீசும் காரிச்சியின் மார்புக் கூடு" என்பதை வாசிக்கையில் அப்புற்கள் எப்படி இருக்கும், என்ன நிறம், என்ன மணம், எவ்வளவு உயரம் இருக்குமென நினைவு தேடத்தொடங்கியது. வறண்டு கிடக்கும் ஆற்றில் வெள்ளம் வரும் காட்சியைக் காட்டுகையில் கிரிக்கவுண்டனோடு நம்மையும் நிற்கச் செய்திடுகிறாள் காரிச்சி. நான்தான் நொய்யல், நான்தான் தேவனாத்தா என்னை நினைச்சிக்கோ வரும் எனக் கூறும் நிறைவு ததும்பும் சொற்களின் முன் பிதற்றும் சொற்கள் கிரிக்கவுண்டனுக்கு மட்டுமா?

அவலட்சணமான தோற்றத்தில் வசீகரிக்கும் பாடலைப் பாடும் காரிச்சி ஆற்றில் நிர்வாணத்தோடு மிதக்கையில் ஒளிப்பிழம்பாகத் தகதகக்கும் பேரழகோடு இருப்பதைக் கண்டவர்கள் கூறுவது காரிச்சியே நொய்யல் என்பது உறுதியாகிறது. மாசுபடுத்தப்பட்ட ஆறு அசிங்கமான தோற்றமுள்ளதாகவும், புது வெள்ளம் வரும் காலங்களில் தேவதையாக மிளிரும் நொய்யலின் உருவாகக் காரிச்சி இருப்பதை நாவல் உணர்த்துவதாக கொள்ளலாம்.

குமரப்ப பண்டிதனை அடியில் சிரைக்க வற்புறுத்தியபோது நாயோடு நாயாக நினைத்துச் சிரைத்தான் எனும்போது மட்டும் நூலாசிரியரின் குரல் நாவலில் வெளிப்பட்டிருக்கும். மற்றபடி நாவலில் வேறெங்கும் குரலையோ கையையோ உயர்த்திப் பேசவில்லை. நாவலின் போக்கே நாம் யாருடன் நிற்கவேண்டும், யாருக்காகப் பேசவேண்டும் என்பதை உணர்த்திவிடுகிறது. பொதுவெளியில் மாதாரி இனத்தில் பிறந்த பெண், ஆதிக்க சாதியில் பிறந்தவனைக் கட்டியணைத்திட முடியாது. நாவலில் காரிச்சியின் உடலைப் பார்வதியின் உடலாக்கி மீறலை ஏற்படுத்தியிருப்பது குறிப்பிடத்தக்கது. இருபத்தி ஐந்து ஆண்டுகள் அடைகாத்து அடைகாத்து வைத்திருந்ததன் நோய்மையின் வலியை மறக்கடிக்கும் விதமாக நாவலை வாசித்து முடித்ததும் மீண்டும் ஒரு முறை நாவலை வாசிக்க வேண்டும் என வாசகனை நினைக்கச் செய்கிறது நொய்யல்.

- தமிழ்வெளி

வெண்மணி நினைவில் அழியாச் செடி

"எழுத்தைவிட வாழ்க்கை நுட்பமானதாகவும் புதிர்கள், எதிர்பாராத திருப்பங்கள் நிறைந்ததாகவும் இருக்கிறது. வாழ்க்கையின் முன் எழுத்து பாவம் போல நிற்கிறது." – ச.தமிழ்ச்செல்வன்

நேற்றைக் குளியலில் கழுவி இன்றைப் புதிதாகத் தொடங்குவது இயல்பு. இப்படி எல்லாவற்றையும் கழுவி வெளியேற்றிவிட முடியாது. சில நிகழ்வுகளும், துயரங்களும் காலம் நம்முள் பச்சை குத்திப் போய்விடும். அவற்றைக் கழுவி விடுதல் அவ்வளவு எளிதல்ல. அப்பாவிகளான 44 உயிர்களை எரித்துச் சாகடித்த அதிகார வர்க்கக் கொடூர ஆதிக்கத்தின் சாட்சியாக நிற்கும் கீழ்வெண்மணி நிகழ்வும் அப்படியானதே.

கவிதைகளாக, கதைகளாக, நாவல்களாக, ஆவணப்படமாகத் திரும்பத் திரும்ப நினைவுபடுத்தப்பட்டுக் கொண்டிருக்கும் கீழ்வெண்மணி துயரை மீண்டும் நம்முள் சீனிவாசன் நடராஜனின் 1967 தாளடி நாவல் ஏற்படுத்துகிறது. சாலை விபத்தில் ஓரிருவர் பலியானால்கூட பதறும் நம் மனம் 44 உயிர்களைத் திட்டமிட்டு அழித்தனர் என்பதை அறிந்த கணத்தில் என்னுள் ஏற்பட்ட பதட்டத்தை மீண்டும் சொல்ல, இந்நாவல் வாசிப்பைப் பயன்படுத்திக் கொள்கிறேன். திரும்பத் திரும்பச் சொல்லப்பட்டு வரும் கதையை மீண்டும் சொல்ல இவர் கையாண்டிருக்கும் உத்தி கவனிக்கத்தக்கது. இவர் ஓவியராகவும் இருப்பதால் எளிதாகக் கைகூடியிருக்கிறது.

அஸ்ஸாம் கோலாகட் பகுதியிலிருக்கும் வனவிலங்குக் காப்பகமான காசிரங்காவில் இருக்கும் காட்டு நீரெருமைகளைக்

காட்சிப்படுத்தி இருவரின் பயணத்தில் நாவல் தொடங்குகிறது. விஜயநகரப் பேரரசின் கலையம்சம் பொருந்திய ஹம்பியை அடைந்து, லூசியன் ஃப்ராய்டு பல்பொருள் அங்காடியில் கண்டடைந்த தன் ஓவிய தேவதையின் உடனான காதல் கதை கூறி கனவுக்கும் நனவுக்குமான நடன அசைவைக் காட்டியபடி இருக்கும் கித்தானில் வரையப்பட்டவள் கூறும் கதை கேட்க நம்மையும் தயார் படுத்துகிறது நாவல்.

புகைப்படம் கதை சொல்லல், நடனமிடல், ஓவியம் தீப்பிடித்தல், கைகளில் அள்ளிய தண்ணீர் கவிதையாதல் என டவுன்ஹால் நிகழ்வுகள் நல்ல காட்சியமைப்புகள்.

"கேட்குற கூலியக் கொடுத்தா, நமக்கு ஏன் நாய் பொழப்பு. மேட்டுத்தெரு நெய் வாசனைக்கு நானுல்ல இங்க ராட்டி தட்றேன்? படிக்க வச்சிருந்தா டீச்சர் வேலைக்குப் போயிருப்பேனுல்ல?" - எனும் தாமரை "திரும்பவும் ஒரு மதம், ஒரு ஜாதி உருவாகறத நா விரும்பல. எந்த ஜாதி, எந்த மதம், எந்த இனம்னு கூடச் சொல்லச் தெரியாத ஒரு கொழந்தையைத்தான் உருவாக்கணும்னு நெனைக்கிறேன்..." என விடம்பனம் நாவலில் வரும் மணிமொழியை நினைவூட்டுகிறார்.

"எல்லாம் மாறிக்கொண்டே இருக்கும். இயக்கம் நிகழ்ந்து கொண்டே இருக்கும், எதுவும் தேங்கிவிடாது" எனும் எர்னஸ்ட் ஹெகல் கருத்து, பொருள், உழைப்பு, உபரி, முற்போக்கு என வகுப்புகள் எடுப்பது புதிதாக வரும் வாசகர்களுக்குப் புரிதலை உருவாக்கும் முயற்சியின் வெளிப்பாடாக நாவலில் வரும் இப்பகுதிகளைக் காணலாம். அழித்தொழிப்புக்கு அடிப்படையாக இப்படியான வகுப்புகள் இருந்திருப்பதையும் உணர முடிகிறது.

தோள்களில் அமர்ந்திருந்த சிறார்கள் வேடிக்கையின்போது பூவரசம் பீப்பீகளை ஊதிக்கொண்டிருக்க அதிலிருந்து வரும் சப்தம் செங்கொடி ஏற்றுவோம், சங்கம் அமைப்போம், உரிமை கேட்போம் என்பதாக என் வாசிப்பில் கேட்டது. இது என்ன கூட்டம் அப்பா? என்று கேட்டவனிடம் இது பள்ளு, பறையன் கட்சிக் கூட்டம் என்ற மறுமொழியை இன்றும் கேட்கத்தான்

முடிகிறது. சிவப்புக் கொடியை ஏந்தியபடி எளியவர்களிடம் வாழ்வதற்கான நம்பிக்கையை விதைத்துக் கொண்டிருப்பவர்கள் கம்யூனிஸ்ட்டுகளே...,

"இவனுவோளுக்குத் திங்கறதுக்கும், நொட்டுறதுக்கும் ஒரு பிரச்சினையும் இல்ல.. சங்கம் தைரியம் குடுத்திடிச்சி..." என குண்டியில் பச்சைமிளகாயை வைத்தது போன்று ஆண்டைகளுக்கு எரிச்சலைக் கொடுத்ததும் இச் செங்கொடிதான்.

நிறைய்யப் பறவைகள் வந்தமரும் அரசமரங்களைப் போன்றது டைலர் கடைகள். சிறுவயதில் காஜா எடுக்க, பட்டன் கட்டவென சிறுசிறு வேலைகள் செய்துகொடுப்பேன். டீயும், எட்டணாக் காசும் கிடைக்கும் என்பதையும் மீறி எப்பவும் மகிழ்ந்திருக்கலாம். யாராவது யாரையாவது சீண்டிக்கொண்டே இருப்பார்கள். கள்ளக் காதல்கள் குறித்த கதைகள் பிரதானமாக இருக்கும். தஞ்சைப் பகுதிகளில் டைலர் கடைகள் கம்யூனிஸ்ட் கட்சி வகுப்புகள் எடுக்கும் இடங்களாகவும் இருந்திருக்கின்றன என்பதற்கான சான்றாகவும் இந்நாவலில் இடம்பெறுகிறது.

தாத்தாவின் தோட்டத்திற்குப் பக்கத்தில் கொல்லர் பட்டறை உண்டு. ஊருக்குச் செல்லும் விடுமுறை நாட்களில் பெரும்பாலும் அங்குதான் போக்குவதுண்டு. சைக்கிள் வீல் ஒன்றைச் சுற்றிக்கொண்டிருக்க துருத்தி மூலம் வெளிப்படும் காற்றில் நெருப்பு கனன்று இரும்பைக் களிமண்ணாக்கத் தேவையான பொருளை வடிவமைத்துக் கொள்வதைப் பார்க்க ஆச்சரியமாகவும், மேஜிக்கை நிகழ்த்துவது போலவும் இருக்கும். தங்களின் தேவையை எப்பொழுது வேண்டுமானாலும் வந்து சரிசெய்து கொள்ளும் இடங்களாக இருந்த கொல்லர் பட்டறைகள் முதலாளிகளின் ரெடிமேட் இரும்புக் கடைகளால் அழிந்துபோன சூழலை நாவல் காட்சிப்படுத்தியதை வாசிக்கையில் கண்களில் நீர்த்துளிகள்...

"ஒரு நாளைக்குச் சீட்டாடுற காசுல கொளுத்திப் புடுவேன் கொளுத்தி" எனும் கொக்கரிப்பும், கொழுப்பும் உருக்கொண்ட திமிர்த்தனத்தின் அடையாளம். அது நிலச்சுவான்தாரர்களுக்கு எதையும் செய்யுத் துணிவை தந்திருக்கும்.

தொழிலாளி முதலாளி இடையில் மிடில் மேனேஜ்மெண்ட் என்றொரு வர்க்கம் உண்டு. இந்த வர்க்கத்தின் மூலம் தன் நஞ்சைக் கக்கச் செய்யும் முதலாளி வர்க்கம். தொழிலாளிகளின் மொத்தக் கோபமும் இவ்வர்க்கத்தின் மீது போய்விட முதலாளிகள் நல்லவர்கள் எனும் சித்திரத்தை உருவாக்கி வைத்துள்ளனர். இங்கு ஆபத்தின் மூலம் முதலாளிகள்தான்.

நாவலில் “ஆபத்து, பண்ணையாருவோகிட்ட இல்ல. நடுவுல வேல பாக்குறானுவளே நம்ம ஆளுவோ அவனுவோ கிட்டதான் இருக்கு. அதிகாரத்தக் கையில வெச்சிருக்குறதாச் சொல்லுறவனுவோகிட்ட என்னைக்கு அதிகாரம் இருந்திருக்கு. முகத்தைக் காட்டாமல் பின்னால் இருந்து வேலை செய்றவன இங்க யாருக்குத் தெரியுது” எனும் மாரியம்மாளின் உரையாடல் நல்வெளிப்பாடு.

இயக்கத்துக்காகத் தன்னையும் இழந்து செயல்படுத்தலின் தீவிரத்தன்மையை அக்னிக் குஞ்சாகச் சுமந்து திரியும் பாப்பாத்தி.

ஆண்வசியம் செய்வதைக் கற்றுக் கொடுத்துக் கதை கூறித் தன் ஏரியாப் பெண்களை மகிழ்வில் வைத்திருக்கும் அலங்காரத்தம்மாள்.

தப்பாட்டம் ஆடும் மண்ணு... தங்கக்கிளி நீ பறந்து திரிஞ்ச மண்ணு என ஒப்பாரி இட்டுப் பாப்பாத்தியைக் காப்பாற்றும் பார்வதி.

பாதிக்கப்பட்ட மக்களுக்கான தேவையை அறிந்து தன்னை அவர்களுக்காக ஒப்புக்கொடுத்து அவர்களுக்காகச் சிந்தித்தபடி இருக்கும் பர்வதம்.

“மாமாவை அத்தை காதலித்துக் கைப் புடிச்சப்பவ்வே, புரட்சிக்கு விதை ஊனியாச்சு. உனக்குதான் இன்னமும் என் கையை புடிச்சிக் கூப்புட்டுப் போக தைரியம் வரல” என விடுதலை உணர்வோடு உரையாடலை நிகழ்த்திக் கொண்டிருக்கும் அல்லி.

இப்படியாக எல்லாச் செயல்களுக்கும் வித்திட்டு நல் விளைவிப்பையும் தந்தபடி இருக்கும் நிறைய்யப் பெண்களை நாவலில் காண முடிகிறது. பெண்களின் பலத்தின் வீச்சை

சீனிவாசன் நடராஜன் நாவலில் காட்சிப்படுத்தியிருப்பது சிறப்பு.

தற்காலக் காதலர்களின் உரையாடல் தங்களின் வாழ்வை எப்படி அமைத்துக் கொள்ள வேண்டும் என்பதைக் கேட்டுப் பழகிய இளைய தலைமுறையினருக்கு "ரகசிய இயக்கத்தில் இருப்பவர்களை மரணம் எப்பொழுதும் தழுவலாம். எனக்குப் பின் என் கொள்கைகளை முன்னெடுக்க, எனக்கு நீ தேவையாய் இருக்கிறாய்"

"என் அன்பிற்கு விலை கொடுக்கிறாயோ? என் காதலைக் கொள்கைக்குப் பயன்படுத்துகிறாயோ? உன்னைப்போலவே நானும் வீரமரணம் எய்துவேன்" எனும் முத்தையன், அல்லி இருவருக்குமான உரையாடலின் வெளிப்பாடு அன்றைய சூழலின் தாக்கம் காதலர்களின் உரையாடலில் சமூக நோக்கோடு இருப்பதை அறிந்து கொள்ள நாவல் வழிவகை செய்கிறது.

காளிக்குப் பூஜை செய்யும் சாமியார் தன் மடத்தின் அந்தரங்கத்தில் நிகழ்த்தும் காம பூஜையின் காட்சிப்படுத்தலில் ஊரில் நடக்கும் அத்தனை அக்கிரமங்களுக்கும் மடம்தான் பின்புலமாக இருப்பதை அறிய முடிகிறது. முதலாளிகள் தங்கள் செலவில் படிக்கவைத்துக் காவல்துறையில் உயரிய பதவிக்கு அமர்த்துதல் அதிகாரத்தைத் தங்களுக்கானதாக மாற்றிக் கொள்ளும் யுத்தியையும் வெளிப்படுத்துகிறது நாவல். முதலாளிகளின் கட்டவிழ்த்துவிடப்படும் வன்முறை, அதற்கு ஆதரவாக இந்துமதத் துணையோடு இயங்கும் சாமியார் மடம், தங்களுக்குள்ளானவர்களைக் கொண்டு அதிகாரத்தின் பலத்தைப் பெறுதல் எனும் கூட்டுச் செயல்பாடே எளியோரைப் பலியாடாக மாற்றம்கொள்ளச் செய்வதைக் காணமுடிகிறது.

பெண்களின் உயிர்த் தியாகம்தான் விடுதலையைப் பெற்றுத்தருகிறது என்பதற்குச் சாட்சியாகிறது சாமியாரை அழித்தொழித்த நிகழ்வு.

அதிகாரத்தின் மொத்த உருவான சாமியார் கொல்லப்பட்ட பின் ஏசு பிறந்தார் என நாவலில் சொல்லப்பட்டிருப்பது அமைதியும் அன்பும் பிறந்தது என்பதன் குறியீடாகப் பார்க்கலாம்.

எளிய விவசாயிகளுக்காக அழித்தொழிப்பு இயக்கத்தில் பங்காற்றியோர், நிகழ்வுக்குக் காரணமாக இருந்த முதலாளிகளின் மனவோட்டங்கள், வெண்மணி நிகழ்வுக்குப் பின்னான தஞ்சையின் மாறுதல்கள் என நாவல் விரிவான பயணிப்பைச் செய்கிறது.

ஆயிரம் சந்தேகங்கள் உருக்கொள்ளலாம், ஆயிரமாயிரம் கற்பிதங்கள் கற்பிக்கப்படலாம், ஆனால் நம்முன் இருப்பதோ ரத்தமும் சதையுமான உயிர்கள். தூக்கத்தில் திடுமென அழுது எழும் குழந்தையைக் கண்டதும் உயிர் பதைக்கும் தாயின் மனநிலைக்குச் சென்றிடச் செய்கிறது. 44 உயிர்களின் ஓலமும், எரித்த தீயின் வெக்கையும் சாவுக் கருகலின் சாம்பலும் தமிழக நிலமெங்கும் படிந்தே கிடக்கிறது.

'வெண்மணி உயிர் நீத்த தியாகிகள்' கல்வெட்டில் இருந்த செல்வி எனும் முதல் பெயரை வாசிக்கக் கண்கள் குளமாகின.

தன் அழுக்குக்குள்
உண்மையை
மிக ஆழமாகப்
புதைத்துக் கொண்டிருக்கிறது
அதிகாரம்.

அழுக்கை
உரமாக்கும் உழைப்போர்
உருவாக்கிக் கொண்டிருப்பர்
துளிர்ப்பை.

நேயம்மிக்கோர் நினைவில்
அழியாச் செடியாய்
வெண்மணித் துயர்.

நாளிதழ் நாப்கின்

பழைய ஜட்டி இருந்தாக் கொடுக்கா. அப்பிடியே பழைய பேப்பர் இருந்தாக் கொடுங்க மடித்து உள்ளே வைத்துக்கொள்ள வேண்டும் எனக் கேட்டவளிடம், புது ஜட்டியையும் நாப்கினையும் கொடுத்தாள் எனும் வரிகளை வாசிக்கையில் பொட்டில் அறைந்தாற்போல் இருந்தது. பெண்ணில் பிறந்து, பெண்களோடு வளர்ந்து, பெண்ணோடு வாழ்வைக் கழித்தும் பெரிதாகப் பெண் வலியையும் உணர்வையும் புரிந்துகொள்ளாமல் வாழ்வதை உணர்த்துகிறது ஜீரோ டிகிரி நடத்திய நாவல் போட்டியில் முன்றாம் பரிசு பெற்ற எஸ்.தேவியின் பற்சக்கரம் நாவல்.

சுமங்கலித் திட்டம் எனும் பெயரில் வேலை பார்க்கும் ரம்யா எனும் பெண்ணின் கதையும், சோடா கம்பெனி நடத்தி நலிவடைந்த அவளது குடும்பத்தின் கதையும் என இரண்டு தளங்களில் நாவல் பயணிக்கிறது. சொட்டும் மழைத்துளிகளின் இணைவே ஆறு, குளம், கடலாகக் காட்சியளிப்பதைப் போன்று பிரமாண்டமாக இயங்கும் தொழிற்சாலைகளுக்குள் ஒவ்வொரு தொழிலாளியும் மழைத்துளியாக இணைந்து இயங்கிக் கொண்டிருப்பதைப் பற்சக்கரம் உணர்த்துகிறது. ஜட்டியும், நாப்கினும் வாங்க இயலாத குடும்பச் சூழலில் இருந்து வருபவர்கள்தாம் சுமங்கலித் திட்டத்தின் வெற்றிக்குக் காரணகர்த்தாக்களாக இருப்பதையும் உணர முடிகிறது.

தொழிற்சாலைகளில் பணிபுரிவோர் இரத்தமும் சதையுமான உணர்ச்சியுடைய நபர்களாகப் பார்க்கப்படுவதில்லை. இயந்திரங்களோடு இயந்திரமாகவே பார்க்கப்படுவர். இயந்திரங்களின் மதிப்பைவிடக் குறைந்த பணமதிப்பற்ற நபர்களாகவே பார்க்கப்படுவதை நாவல் சுட்டுகிறது. உணவு உறக்கம் என்பதை ஷிப்ட் நேரங்களே முடிவு செய்வதால் உடல் நிலை சமநிலையற்று பெரும் அவதிகளை உருவாக்குவதால்

எளிதில் மனச்சிக்கலுக்கு ஆட்படுவது இயல்பாவதைக் கதையோட்டத்தின் நிழலாய்க் காட்சிப்படுத்கிறார் தேவி.

முதலாளிகள் வேலை பார்க்கும் பெண்களோடு அமர்ந்து அவர்கள் உண்ணும் உணவையே உண்டு எல்லாரும் என் பிள்ளைகள். உங்கள் பிரச்சினைகளை அப்பாவாக என்னிடம் கூறுங்கள் எனக்கூறி அது சார்ந்த நடவடிக்கை எடுப்பதாகப் போடப்படும் ட்ராமா அனைத்தும் அவர்களின் நலன் மட்டும் சார்ந்தது என்பதை விவரிக்கிறது. முலாம் பூசப்பட்ட வார்த்தைகளை உண்மை என நம்பி யாரேனும் குறை கூறினால் உடனடியாக வேலையிலிருந்து நீக்கப்படுவதும், வேறு ஊரிலிருக்கும் கம்பெனிகளுக்கு மாற்றப்படுவதும் எளிதாக நிகழ்ந்து கொண்டிருப்பதும் இயல்பு. முதலாளிகளுக்கு அவர்கள் பேசும் வார்த்தைகளும் அவர்களுக்கான முதலீடே என்பதைக் காட்சிப்படுத்கிறது நாவல்.

திறன்மிக்க எஞ்சினியர்கள் கிடைப்பது அரிது. வேலைக்கு ஆள் கிடைப்பதோ எளிது. எப்போ போனாலும் சுமங்கலித் திட்டம் என ஆசை காட்டி நிறைய்யப் பெண்களை அள்ளி வந்திடலாம். இதனால் நூல் மில்களில் எஞ்சினியர், சூப்பர்வைசர்களின் சில்மிஷ காமத்தின் விளைவால் பாதிப்புக்கு உள்ளாகிய பெண்கள் மன உளச்சலோடு தினசரி வேலை பார்ப்பதை நாவல் வலியோடு காட்சிப்படுத்துகிறது. நிர்வாகத்தின் ஆட்களைப் பாதுகாக்கத் தொழிலாளிகளைப் பலிவாங்குவது இயல்பான ஒன்றாக உள்ளது.

பயிற்சி எனும் சொல் முதலாளித்துவத்திற்கு எத்தகைய சாதகமானதாக இருக்கிறது என்பதையும் விபரிக்கிறது நாவல். தொழிலாளர்களின் பயிற்சிக் காலம் அந்நிறுவனத்திற்கு லாபகாலம் எனச் சொல்லலாம். சுமங்கலித் திட்டம் எனும் பெயர் வெவ்வேறு பெயர்களில் வடிவங்களில் ஆண், பெண் பேதமற்று இன்னமும் தொடர்ந்தபடிதான் இருக்கிறது. சம்பவமாகக் கட்டுரையின் தன்மையில் இதைச் சொல்லாது கதையின் போக்கில் உணர்த்தியிருப்பதில் எஸ்.தேவி வெற்றிகண்டுள்ளார்.

பன்னாட்டுக் கம்பெனிகளின் வருகையால் சிறு தொழில் நிறுவனங்களின் பாதிப்பைச் சோடா கம்பெனி நடத்திக்

கம்பீரமாக வாழ்ந்த குடும்பம், அத்தொழில் அழிவில் அடைந்த நாசத்தை உணர்ந்துகொள்ளச் செய்கிறார். கூடவே குடும்பங்கள் எப்படி எப்படியெல்லாம் ஆண் மையப்பட்டு இருக்கின்றன என்பதையும், குடும்பங்களில் பெண்களின் பரிதாப நிலையையும் நாவல் சுட்டிச் செல்கிறது.

தொழிற்சாலையில் நம்பிவரும் தொழிலாளர்களைச் சுரண்டும் முதலாளிகளைப் போன்றே சமூகத்தில் அரசியல்வாதிகளை நம்பும் குடும்பங்களும் சுரண்டல்களுக்கு உட்படுகின்றன. வாய்ப்புள்ள எல்லா இடங்களிலும் எளியவர்கள் நம்பிக்கையைத் தன் முதலீடாக மாற்றும் தன்மை நாவலில் மையச் சரடாக உள்ளது.

சுமங்கலித் திட்டம் முடிந்து வீட்டிற்கு அழைத்து வரும்போது வாசிப்புப் பழக்கமுள்ள ரம்யாவின் அம்மாவிற்கும் ரம்யாவிற்குமான இங்கு எதுவும் நிரந்தரம் இல்லை, காலம் எல்லாவற்றையும் மாற்றிக்கொண்டே இருக்கும் என்பதை உள்ளிட்ட உரையாடல் யாதார்த்தத்தின் வெளிப்பாடு.

புதிய வருகை ஒன்று புதியதான பலவற்றை நமக்குக் காட்சிப்படுத்தும். இலக்கிய உலகிலும் புதிய வரவுகள், வேறு வேறான வாழ்வியல் அனுபவங்களை நமக்குத் தருவர். எஸ். தேவியின் வருகையும் அப்படியான ஒன்றே.

- கணையாழி

"ஒரு நல்ல கதை என்பது நல்ல உணவு போன்றதுதான். உணவை சாப்பிடும் போதே அதன் ருசி, இன்பம் எழுவதுபோல, கதையும் வாசிக்கும் போதே தனக்கான இன்பத்தைத் தர வேண்டும். ஒரு நல்ல கதையின் அளவுகோல்களில் ஒன்று அதை மறுபடியும் வாசிக்கும் எண்ணத்தை உண்டாக்குகிறதா என்பது."

- க.பூரணச்சந்திரன்

மனதில் வளரும் நஞ்சு

“சமுதாய அமைப்பிலும் மனித உறவிலும் மாற்றங்கள் தோன்றி வளர்ந்து பெருகும் காலகட்டத்தில் வாழும் ஆக்க இலக்கிய கர்த்தாக்களின் உணர்வினை தாக்குவது புதிய சூழ்நிலையில் தோன்றும் மனித இன்னல் அல்லது புதிய சூழ்நிலையால் ஏற்படும் நடைமுறையே. இதுவே சிறுகதையின் கருவாக அமையும். குறிப்பிட்ட ஒரு சம்பவத்தில் மனித மனம் படும் பாட்டை அல்லது ஒரு பாத்திரம் இயங்குகின்ற முறைமையைக் குறிப்பதுவே சிறுகதை.” எனும் கா.கைலாசபதியின் கூற்றை மெய்ப்பிக்கும் தன்மையிலான கதைகளை கொண்டுள்ளது பாலகுமார் விஜயராமனின் இரண்டாவது சிறுகதை தொகுப்பான ‘நஞ்சுக் கொடி’ .

தனித்தொரு இலக்கிய படைப்பும் மொழிச் செழிப்பிற்கான பங்களிப்பு. இத் தொகுப்பையும் அப்படியானதொரு வரிசையில் வைக்கலாம்.

‘ஒருவன் எதைப்பற்றி அதிக அக்கறை எடுத்துக் கொள்கிறானோ, அதில் சொதப்ப வைப்பதுதான் விதியின் விளையாட்டு’ என நம்பும் எளிய மனிதர்களான ஆம்புலன்ஸ் டிரைவர், புலம்பெயர் தொழிலாளர்கள், ஹோட்டல் சிப்பந்தி, இயந்திரங்களை இயக்கும் தொழிலாளி, குழந்தையை காக்க வாழ்வை பனையம் வைக்கும் எளிய தகப்பன், ஏக்கத்தை வாழ்வாக கொண்ட பெண்கள், நவீன வாழ்வில் தன்னை

தொலைக்கும் பெண்கள், இன்றைக்கு வேலை உண்டா என நிச்சயமற்ற வேலையில் வாழ்வை தொலைப்பவர்களென சமகால சமூகத்தின் வாழ்வியல் மனோபோக்குகளை கதைக்களமாக வைத்துள்ளார்.

ஆதிக்க மனப்போக்கை கொடிய விலங்குகளாக சித்தரித்து கதையொன்றை கூறி அந்த விலங்கின் பெயர் ஆண் என முடிப்பதில் இருக்கும் யுத்தி, எதையாவது செய்து வைரலாக்கி தங்களை முன்னிலைப்படுத்திக் கொண்டிருப்பதில் இருக்கும் நோய்க்கூறுகளை கதையாக்குவதில் இருக்கும் அனுபவம், தன் வளர்ப்பு பறவையின் குஞ்சு பிழைத்தால் தன் குழந்தையும் பிழைக்கும் எனும் நம்பிக்கை கொண்டவனின் குழந்தையை அறிவியல் காப்பாற்றுவதில் இருக்கும் முரன்களை நிழலாக்கி வேறொன்றை கதையில் வைத்தல் என வியக்கச் செய்கிறது நூலாசிரியரின் நுட்பம்.

எதுவொன்றும் உருவாவதில்லை. உருவாக்கப் பட்டுக்கொண்டிருக்கிறது. நஞ்சும் அப்படித்தான். அது எப்படி மனிதர்களால் விதைக்கப்பட்டு, செடியாக வளர்ந்து மனித மனங்களுள் ஊடுருவி பெரும் மரமாக நின்று வாழ்வை சிதைக்கிறது என்பதன் காட்சி படுத்தலே 'நஞ்சுக் கொடி' தொகுப்பின் கதைகள்.

கதையொன்றில் வரும் "ஒருவனின் ஆற்றாமைதான் கடும் சொற்களை உற்பத்தி செய்கிறது" எனும் கூற்று வாசிப்பவர்களின் வாழ்வியல் இழப்புகளையும் நினைவு படுத்தச் செய்யும்.

- இந்து தமிழ் திசை